ഗ്രീൻ ബുക്സ്

കുമ്പളങ്ങി വർണ്ണങ്ങൾ
പ്രൊഫ. കെ.വി. തോമസ്

കഥാകൃത്ത്, രാഷ്ട്രീയ നേതാവ്.
1946 മെയ് 10ന് ജനനം.
എ.കെ. ആന്റണി മന്ത്രിസഭയിൽ എക്സൈസ്, ടൂറിസം,
ഫിഷറീസ് വകുപ്പുകൾ കൈകാര്യം ചെയ്തു.
1984 - 96 കാലത്ത് എറണാകുളത്തു നിന്ന്
ലോകസഭാംഗം ആയിരുന്നു. കെ.പി.സി.സി. ട്രഷറർ,
എറണാകുളം ഡി.സി.സി.പ്രസിഡന്റ്
എന്നീ നിലകളിലും പ്രവർത്തിച്ചു.

പ്രധാനകൃതികൾ: എന്റെ കുമ്പളങ്ങി,
എന്റെ കുമ്പളങ്ങിക്കു ശേഷം, അമ്മയും മകനും,
സോണിയ പ്രിയങ്കരി.

ഭാര്യ: ഷേർളി തോമസ്. മക്കൾ: ബിജു, രേഖ, ഡോ. ജോ

മേൽവിലാസം: 20/191, കുറുപ്പശ്ശേരി, പ്രൊഫ. കെ.വി. തോമസ് റോഡ്,
തോപ്പുംപടി, കൊച്ചിൻ - 682 005

നുറുങ്ങു കഥകൾ
കുമ്പളങ്ങി വർണ്ണങ്ങൾ
പ്രൊഫ. കെ.വി. തോമസ്

അവതാരിക
സക്കറിയ

വര
എൻ.ബി. സുധീർനാഥ്

ഗ്രീൻ ബുക്സ്

green books private limited
little road, ayyanthole, thrissur- 680 003
ph: 0487-2361038
website: www.greenbooksindia.com
e-mail: info@greenbooksindia.com

(malayalam)
kumbalangi varnangal
(little stories)
by
prof. k.v. thomas

first published may 2008
reprinted july 2012
copyright reserved

illustration : n.b. sudheernath
cover design : godfreydas

branches:
thrissur 0487-2422515
palakkad 0491-2546162
kannur 0497-2763038

isbn : 978-81-8423-089-5

no part of this publication may be reproduced, or transmitted in any form or by any means, without prior written permission of the publisher

GBPL/235/2008/rp¹

മുഖക്കുറി

ഒരാൾ ജനിച്ചുവളർന്ന ദേശം മരണം വരെ രക്തവും മാംസവുമായി അയാൾക്കുള്ളിൽ ശേഷിക്കുന്നുവെന്നത് പരക്കെ പറയപ്പെടുന്ന കാര്യമാണ്. എന്നാൽ ഭൂമിശാസ്ത്രപരമായോ സാംസ്ക്കാരികമായോ ഒരു സ്ഥലം അതിനു മാത്രം സാധ്യമായ നിഷ്കളങ്കതയും സ്വത്വവും പേറുന്നുവെങ്കിൽ വ്യക്തികളേക്കാൾ സ്ഥലപുരാണം വലുതായി മാറുന്നു. കേരളത്തിന്റെ ഭൂപടത്തിൽ ചരിത്ര പ്രാധാന്യമുള്ള സ്ഥലങ്ങൾ നിരവധിയാണ്. ചിലപ്പോൾ സ്ഥലങ്ങളാൽ വ്യക്തി അറിയപ്പെടുന്നു. അല്ലെങ്കിൽ വ്യക്തിയാൽ സ്ഥലം അറിയപ്പെടുന്നു. കുമ്പളങ്ങി എന്ന കൊച്ചുഗ്രാമം നഗരത്തിന്റെ പശ്ചാത്തലത്തിൽ കിടന്നിട്ടും അതിന്റെ ജൈവികത നിലനിർത്തിക്കൊണ്ട് മുന്നേറുന്ന കഥയാണ് ശ്രീ. കെ.വി. തോമസ് പറയുന്നത്. നർമ്മ മധുരമായി കുമ്പളങ്ങിയെ വരയ്ക്കാൻ അവിടെനിന്നു തന്നെ ലഭിച്ച പച്ചയായ ഗ്രാമീണ സ്വത്വം അദ്ദേഹം ഉപയോഗിക്കുന്നു. വലിയ പദവികൾ താണ്ടിയിട്ടും ലോകത്തെ നന്നായി അറിഞ്ഞിട്ടും തന്റെ കുമ്പളങ്ങിയിലൂടെ മറ്റുള്ളതെല്ലാം കാണുന്നതാണ് അദ്ദേഹത്തിന്റെ സവിശേഷത. നാലുവശവും കായലാൽ ചുറ്റപ്പെട്ട കുമ്പളങ്ങി എന്ന ചെറു ഗ്രാമത്തിന് ലോക ഭൂപടത്തിൽ സ്ഥാനം നേടിക്കൊടുത്തതിൽ തോമസ് സാറിന്റെ അക്ഷരങ്ങൾക്കും പ്രധാന പങ്കുണ്ട്.

കൃഷ്ണദാസ്
മാനേജിങ് എഡിറ്റർ

ഇന്ത്യ
കേരളം
എറണാകുളം
കുമ്പളങ്ങി

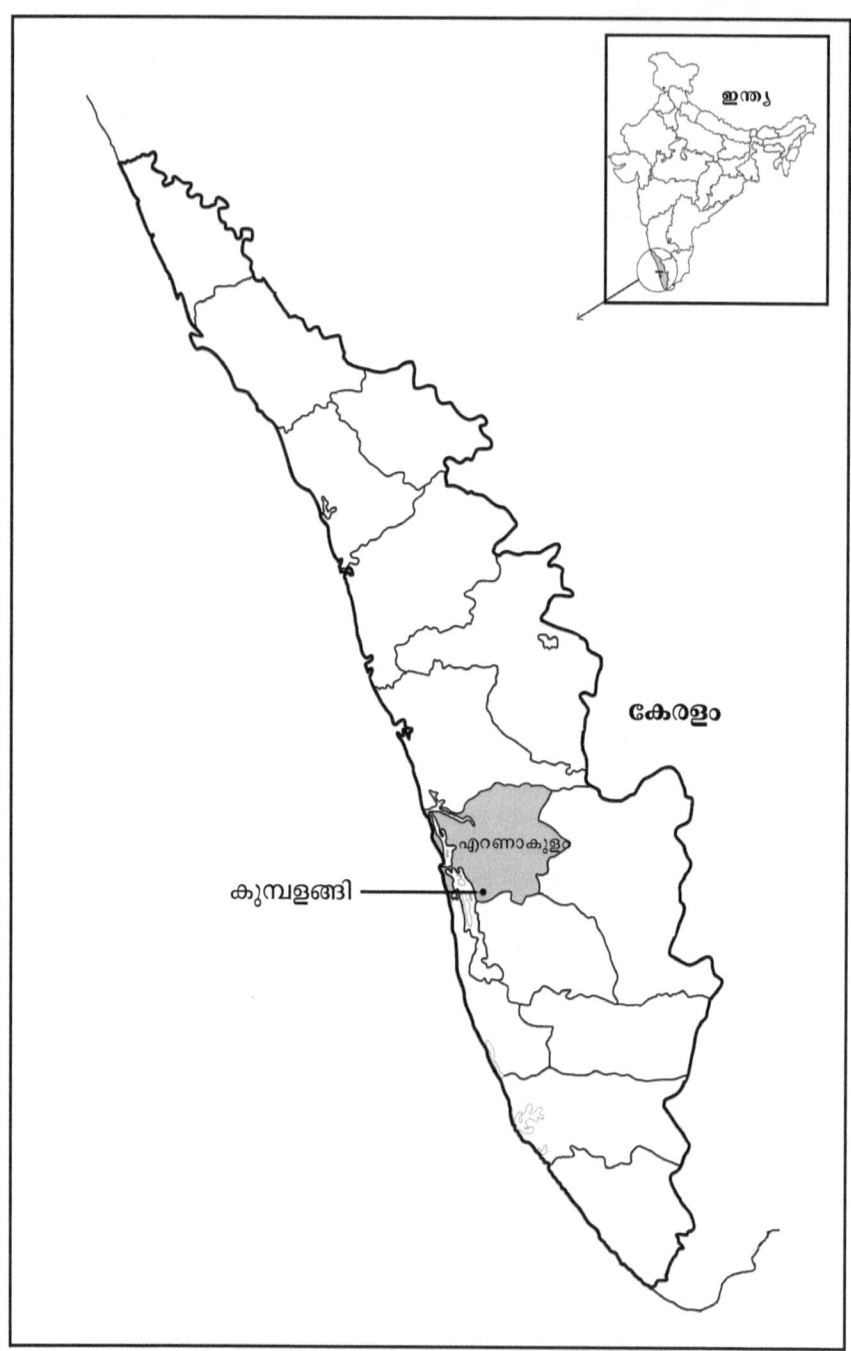

സ്വന്തം മടിയിലിരുത്തി
വെളുത്ത മണലിൽ
'ഈശോ രക്ഷിക്കുക' എന്നെഴുതിച്ച്
അക്ഷരലോകത്തിലേക്ക്
എന്നെ നയിച്ച യശഃശരീരനായ കുമ്പളങ്ങിക്കാരൻ
ചൂരക്കുളത്ത് ചാക്കോ മാസ്റ്റർക്ക്
ഈ രചന സമർപ്പിക്കുന്നു

ഉള്ളടക്കം

അവതാരിക
വിനീതനായ ചരിത്രകാരൻ 11
സക്കറിയ

ആമുഖം
കുമ്പളങ്ങി വർണങ്ങൾ 15
പ്രൊഫ. കെ.വി. തോമസ്

ആനയ്ക്കു ടോൾ 19
അപ്പനും കറുത്ത പട്ടിയും 21
കോളാമ്പി 23
മൊബൈൽ സംഗീതം 24
കുമ്പളങ്ങി അമ്മായിയമ്മ 26
കുമ്പളങ്ങി ചായക്കടക്കാരൻ 28
കനാൽപ്പരുങ്ങിയും കന്യാസ്ത്രീയും 30
രണ്ടടിക്കണം 31
തുലാം പത്ത് 32
ചങ്കും കുടലും കരളും 33
ഇടിയും ചീട്ടും 34
കുമ്പളങ്ങിയും മെക്സിക്കോവും 34
അമേരിക്കൻ കുമ്പളങ്ങിക്കാർ 36
മഹാത്മജിയുടെ കോൺഗ്രസ്സ് 38
കുമ്പളങ്ങി വേഷവിധാനം 39
കുമ്പളങ്ങിപ്പേരുകൾ 41
കുടിയന്മാർ ഭർത്താക്കന്മാർ 43
കുമ്പളങ്ങിക്കാരും കോടതിയും 45
പിശുക്കന്മാരായ കുമ്പളങ്ങിക്കാർ 47
ആദ്യഫലം 50
പത്തായവും നാട്ടുപ്രമാണിയും 51
വായനയും മദ്യപാനവും 52
ബാക്ക് ബഞ്ചേഴ്സ് 53
ഒപ്പും വിരലടയാളവും 56
കുർബാനകൾ പലതരം 57
ലീഡർ 58
ബ്രോക്കർ 59
കൊതുകുകൾ 61
ശബ്ദാനുകരണം 62
ഉപയോഗിച്ച വസ്ത്രം വേണ്ട 63
ബർമൂഡ 65
വെർജിൻ മേരി 67
മുൾക്കിരീടം 69
വിവാഹാലോചന 70
ഞങ്ങൾ ഗാന്ധിയന്മാർ 72
ഒരു വണ്ടി പോഴന്മാർ 74
കാമുകി 75
കാലവും കോലവും 76
തല്ലുകാരൻ ഗാന്ധി 80

ഇന്ന് മന്ത്രി 81	എ.ഐ.സി.സി. - കണ്ടതും കേട്ടതും 120
കോൺടാക്ട് കമ്മിറ്റി 82	രാഹു(ൽ)കാലം 125
വിവാഹക്കച്ചവടം 83	സ്പീക്കർ രാധാകൃഷ്ണൻ 126
സുന്ദരി 85	ഡോ. രാജേന്ദ്രപ്രസാദിന്റെ ഒപ്പ് 128
വൃത്യസ്തനാം ആന്റണി 86	വാരിയെല്ല് 130
നമ്മുടെ ആന്റണിസാർ 90	പേരുകൊണ്ടുള്ള പൊല്ലാപ്പ് 131
പിണറായിയും വെടിയുണ്ടകളും 93	പകരം 132
ഒ.സിയുടെ ഫോൺ 94	സിംഹം 132
മലയാളി 96	എടേഴത്ത് - എഴേടത്ത് 133
വീക്ഷണം 97	നേതാവും ഇംഗ്ലീഷും 134
സ്നേഹമുള്ള വൃദ്ധദമ്പതിമാർ 99	ആണവക്കരാർ 135
ഫോട്ടോ കാർഡ് 101	ഇടയനും കുഞ്ഞാടും 136
അസുഖത്തിനു കാരണം 102	പഠിക്കുന്ന മുഖ്യമന്ത്രി 137
കൊച്ചുമകന്റെ കൊച്ചുലേഖനം 103	ദിവ്യപ്രേമം 139
കുമ്പസാരം 104	നോട്ടുമാല 140
കരിവാരിത്തേക്കാൻ 106	മെത്രാപ്പൊലീത്തയുടെ തലച്ചോറ് 141
അംബാസിഡർ 107	വെടിവട്ടം 144
കോവിലനും പ്രായവും അവാർഡുകളും 108	കെമിസ്ട്രിയിലെ വായനക്കാരൻ 145
ഫ്ളാഷ് 109	മാലാഖയുടെ കണ്ണ് 147
ഗോസിപ്പുകൾ 110	സന്ധ്യാദീപം 149
അർദ്ധരാത്രിയുടെ മാഹാത്മ്യം 113	സ്കോച്ചു ഫാക്ടറി 150
വിധവ 114	പൊൻകുരിശും കുഞ്ഞാടും 151
ഗോൾഡാഘാന ചക്ര് 118	'എ' സ്വാമി 153
	ജൂൺ 18 155

അവതാരിക

വിനീതനായ ചരിത്രകാരൻ

സക്കറിയ

കുമ്പളങ്ങി അധികമാരുമൊന്നും അറിയുന്ന ഗ്രാമമായിരുന്നില്ല - പ്രൊഫ കെ.വി. തോമസ് എന്ന തോമസ് മാഷ് രംഗപ്രവേശനം ചെയ്യുന്നതുവരെ. തോമസ് മാഷ് കുമ്പളങ്ങിക്കാരനാണ് എന്നു മാത്രമല്ല, കുമ്പളങ്ങിയുടെ സമീപസ്ഥമായ എറണാകുളം നിയോജക മണ്ഡലത്തിന്റെ ജനപ്രതിനിധിയുമാണ്. എം.എൽ.എയും എം.പിയും മന്ത്രിയുമായിരുന്നു ഈ കുമ്പളങ്ങിക്കാരൻ. പക്ഷേ എല്ലാറ്റിനുമപ്പുറത്ത് അദ്ദേഹം, കുമ്പളങ്ങി എന്ന ദേശത്തിന്റെ, ബഷീറിന്റെ വാക്കുകൾ കടം വാങ്ങിയാൽ, "വിനീതനായ ചരിത്രകാര"നാണ്. ഇന്ത്യക്കാരായ ജനപ്രതിനിധികൾ പൊതുവിൽ സ്വന്തം നിയോജകമണ്ഡലത്തിന്റെയോ ദേശത്തിന്റെയോ ജീവിതങ്ങളിലേക്ക് രാഷ്ട്രീയമായ ഒരു തലത്തിനപ്പുറത്ത് പ്രവേശിക്കാറില്ല. അതു മനഃപൂർവ്വമായിരിക്കണമെന്നുപോലുമില്ല. അങ്ങനെയൊരു സഹൃദയത്വം, ആസ്വാദന ശേഷി, മനോലാഘവം അവർക്കില്ലതന്നെ. സാധാരണ ജീവിതങ്ങളുടെ സാധാരണത്വത്തിന്റെ ഭംഗി അവരുടെ കണ്ണിൽപ്പെടാറേയില്ല. അതിന്, ഒരു രസികഹൃദയം വേണം. രാഷ്ട്രീയാധികാരം ആനന്ദിക്കുന്നവരിൽ നല്ല പങ്കും സഹൃദയത്വത്തിന്റെ സൗന്ദര്യശാസ്ത്രത്തെ ഗൗരവമായി എടുക്കുന്നവരല്ല എന്നതു രാഷ്ട്രീയത്തിന്റെ മൂല്യശോഷണമാണ് എന്നു പറയാതെ വയ്യ. കാരണം വ്യക്തിത്വ സംപുഷ്ടിയുടെ അടിസ്ഥാന ഘടകമാണ് സാംസ്ക്കാരികാവബോധം. രാഷ്ട്രീയാധികാരം നേടുന്ന പലരും ഈ അവബോധം കടമെടുക്കേണ്ടിവരുന്നു. എന്നതും, അതു സങ്കുചിത സ്രോതസ്സുകളിൽ നിന്നാണ് എന്നതും സമൂഹത്തിന് ഒരു ഭീഷണിയായി മാറുന്നു.

കെ.വി. തോമസ് കണ്ണും ചെവിയും തുറന്നുപിടിച്ച്, ജീവിതക്കാഴ്ചകളെയും കേൾവികളെയും ആസ്വദിച്ച്, ഓർമ്മ വച്ച്, ജീവിക്കുന്ന ഒരു രാഷ്ട്രീയ പ്രവർത്തകനാണെന്നതിന്റെ ഉത്തമ ഉദാഹരണങ്ങളാണ് അദ്ദേഹത്തിന്റെ കുമ്പളങ്ങി പുരാണങ്ങൾ. അദ്ദേഹത്തിന്റെ 'എന്റെ കുമ്പളങ്ങി', 'എന്റെ കുമ്പളങ്ങിക്കുശേഷം', 'കുമ്പളങ്ങി ടച്ച്' എന്നീ കൃതികൾ അനേകായിരം വായനക്കാരെ നേടിക്കഴിഞ്ഞവയാണ്. തോമസ്

മാഷിന്റെ കുമ്പളങ്ങിക്കുറിപ്പുകളുടെ ഒരു സവിശേഷത അവയുടെ നുണുങ്ങു സ്വഭാവമാണ്. ചുരുങ്ങിയ വാക്കുകളിൽ, ലളിതവും കാര്യമാത്ര പ്രസക്തവുമായ നാട്ടുഭാഷയിൽ അവ ഒരു ചെറുവിവരം അഥവാ ചെറു സംഭവം അല്ലെങ്കിൽ ഒരു ചെറു ആലോചന അവതരിപ്പിക്കുന്നു. നർമ്മ ബോധത്തിന്റെയും പേശിമുറുക്കലില്ലാത്ത ജീവിത നിരീക്ഷണത്തിന്റെയും സൗമ്യമായ ഒരു മുഖം അവയിൽ കാണാം. സാഹിത്യരചനയുടെ പ്രഖ്യാപിത പരിവേഷമില്ലാതെ, സുപ്രധാനമെന്ന് പരമ്പരാഗതമായി അംഗീകരിക്കപ്പെട്ടിരിക്കുന്ന വിഷയങ്ങളുടെ സാന്നിദ്ധ്യമില്ലാതെ, തോമസ്സ് മാഷ് കുമ്പളങ്ങിയിലും പുറത്തുമുള്ള ശരാശരി ജീവിതനിമിഷങ്ങളിലേയ്ക്കും മനുഷ്യരിലേയ്ക്കും നമ്മുടെ ശ്രദ്ധ തിരിക്കുന്നു. സാഹിത്യരചന പലപ്പോഴും അസാധാരണത്വത്തിനു വേണ്ടിയുള്ള ആസൂത്രിതമായ ഒരു പടയോട്ടമായിത്തീരുന്നതു കാണാം. കെ.വി. തോമസ്സിന്റെ കുമ്പളങ്ങിക്കുറിപ്പുകൾ സാധാരണത്വത്തിന്മേൽ കടുംചായങ്ങൾ അണിയിക്കുന്നില്ല. അവയെ അങ്ങനെത്തന്നെ അവതരിപ്പിച്ചുകൊണ്ട് അർത്ഥവത്താക്കുകയും ശ്രദ്ധേയമാക്കുകയും ചെയ്യുന്നതിലാണ് കെ.വി. തോമസ് എന്ന എഴുത്തുകാരന്റെ വിജയം.

മലയാള സംസ്ക്കാരത്തിന്റെ ഏറ്റവും ശുഷ്കമായ രംഗങ്ങളിലൊന്നാണ് ചരിത്രം. അത് ഇന്നും ഭൂരിപക്ഷവും പാഠപുസ്തകാധിഷ്ഠിതമായ ഒരു അഭ്യാസം മാത്രമായി അവശേഷിക്കുന്നു. സമഗ്രവും സത്യസന്ധവും വസ്തുനിഷ്ഠവും പാരായണസൗഖ്യം നല്കുന്നതുമായ ഒരു കേരളചരിത്രം ഇന്നും സ്വപ്നം മാത്രമാണെന്നത് അവിശ്വസനീയമെങ്കിലും സത്യമാണ്. പുതിയ അറിവുകളും കാഴ്ചപ്പാടുകളും നല്കുകയും വായനാസൗഹൃദം പുലർത്തുകയും ചെയ്യുന്ന ചരിത്ര കൃതികൾ മിക്കവാറും രചിക്കപ്പെട്ടിട്ടുള്ളത് കേരളത്തിലെ അക്കാദമിക/ചരിത്രലോകത്തിനു പുറത്താണ് എന്നത് രസകരമായ വസ്തുതയാണ്. തോമസ് മാഷിന്റെ കുമ്പളങ്ങിക്കുറിപ്പുകൾ, വാസ്തവത്തിൽ, ലോകമെങ്ങും ചരിത്രമെഴുത്തിന്റെ സുപ്രധാന ശാഖയായി പരിഗണിക്കപ്പെടുന്ന local history - തദ്ദേശീയ ചരിത്രം - എന്ന ഗണത്തിൽ പെടുന്നവയാണ്. തദ്ദേശീയ ചരിത്രങ്ങൾ എഴുതിയിട്ടുള്ളത് ചരിത്രപണ്ഡിതന്മാരല്ല. തോമസ് മാഷിനെപ്പോലെ തന്റെ ദേശത്തിൽ തനിക്കു ചുറ്റും ഒഴുകിക്കൊണ്ടേയിരിക്കുന്ന സാധാരണ ജീവിതധാരകളെ നിരീക്ഷിച്ചും മനസ്സിലാക്കിയും അവയിലൊരർത്ഥം കണ്ടും, അവയെ രേഖപ്പെടുത്താൻ മുതിർന്ന സഹൃദയരാണ്. കാലം മുന്നോട്ടോടുമ്പോൾ ആ കുറിപ്പുകൾ ഒരു കാലത്തിന്റെയും ദേശത്തിന്റെയും സമൂഹത്തിന്റെയും അമൂല്യരേഖകളായിത്തീരുന്നു. തോമസ് മാഷ് തന്റെ ദേശമായ കുമ്പളങ്ങിക്കും, കുമ്പളങ്ങിയിൽ പ്രതിനിധാനം ചെയ്യപ്പെടുന്ന കേരളീയതയ്ക്കും നല്കുന്ന ചരിത്രസംഭാവനകൾ കൂടിയാണ് അദ്ദേഹത്തിന്റെ വിവിധ ഗ്രന്ഥങ്ങളിലടങ്ങിയിരിക്കുന്ന കുമ്പളങ്ങിക്കുറിപ്പുകൾ.

“കുമ്പളങ്ങിവർണ്ണങ്ങൾ” കുമ്പളങ്ങി ലോകത്തെപ്പറ്റിയുള്ള - പുറംലോകത്തെപ്പറ്റിയുമുണ്ട് - സരസങ്ങളായ നിരീക്ഷണങ്ങളുടെയും കഥകളുടെയും

വർണ്ണനകളുടെയും ഒരു പുതുശേഖരമാണ്. വൈവിദ്ധ്യമാണ്, തോമസ് മാഷിന്റെ മുൻ കുമ്പളങ്ങിക്കഥകളെപ്പോലെ, ഈ സമാഹാരത്തിന്റെയും പ്രത്യേക ആകർഷണീയത. നാട്ടിൻപുറത്തെ സാധാരണ മനുഷ്യജീവിത ത്തോട് ഇഴുകിച്ചേർന്നു നില്ക്കുന്ന ഒരു പൊതുപ്രവർത്തകന്റെ സുതാര്യ മായ ആത്മവിശ്വാസം ഇതിൽ നിറഞ്ഞുനില്ക്കുന്നു. ഇതിനെ വിശ്വാസ്യവും ആസ്വാദ്യവും ആക്കുകയും ചെയ്യുന്നു.

കെ.വി. തോമസ്സിന്റെ മുൻ കുമ്പളങ്ങി ഗ്രന്ഥങ്ങളിലെന്നപോലെ 'കുമ്പളങ്ങി വർണ്ണങ്ങ'ളിലും ചിത്രീകരണം നിർവ്വഹിച്ചിരിക്കുന്നത് പ്രശസ്ത കാർട്ടൂണിസ്റ്റ് സുധീർനാഥാണ്. ഡൽഹിയിലെ അഖിലേന്ത്യാ പത്രലോ കത്തിൽ ലബ്ധപ്രതിഷ്ഠിതരായ മലയാളി കാർട്ടൂണിസ്റ്റുകളുടെ നിരയിലെ ഒരംഗമാണ് സുധീർനാഥ്. ശങ്കറും കുട്ടിയും അബുവും ഒ.വി. വിജയനു മടങ്ങുന്ന ആ പരമ്പരയിൽ നിലകൊള്ളുന്ന സുധീർനാഥ് സമകാലീന ഇന്ത്യൻ രാഷ്ട്രീയത്തെ തന്റെ മൂർച്ചയുള്ള വര കൊണ്ടും വാക്കുകൊണ്ടും അപനിർമ്മാണം ചെയ്യുന്ന ചിത്രകാരനാണ്. 'കുമ്പളങ്ങി വർണ്ണങ്ങ'ളിൽ നാം കണ്ടെത്തുന്നത് സുധീർനാഥ് എന്ന കാർട്ടൂണിസ്റ്റിന്റെ രേഖാവൈഭവം മാത്രമല്ല, അദ്ദേഹത്തിന്റെ മലയാളി ഉൾക്കാഴ്ചകളുടെ സാരസ്യം കൂടി യാണ്. ഗ്രന്ഥകാരനും കാർട്ടൂണിസ്റ്റും കൂടിച്ചേർന്ന് നമ്മുടെ കൈകളി ലെത്തിക്കുന്നത് പ്രസാദാത്മകത്വം നിറഞ്ഞ ഒരു വായനാനുഭവമാണ്.

തിരുവനന്തപുരം
18-05-2008

ആമുഖം

കുമ്പളങ്ങി വർണ്ണങ്ങൾ

ഞാങ്ങൾ കുമ്പളങ്ങിക്കാർ എല്ലാം കേൾക്കുന്നവരും കാണുന്നവരുമാണ്. തുറന്ന മനസ്സിന്റെ ഉടമസ്ഥരാണ്, സഹൃദയരാണ്.

കുമ്പളങ്ങിക്കാരനായ ഞാൻ കണ്ടതും കേട്ടതുമായ കാര്യങ്ങളാണ് ഇവിടെ കുറിച്ചിടുന്നത്. ആരേയും കളിയാക്കാനോ, കുറ്റപ്പെടുത്താനോ ഉദ്ദേശ്യമില്ല. പക്ഷേ കാണുന്നതും കേൾക്കുന്നതും മറ്റും സഹൃദയർക്കു വിളമ്പി അവരുടെ മനസ്സുകളിലെ ചെറുപുഞ്ചിരിയുടെ മധുരിമയായി മാറുന്ന കൊച്ചു കൊച്ചു സംഭവങ്ങളും കഥകളുമാണ് 'കുമ്പളങ്ങി വർണ്ണങ്ങളിൽ'. 'എന്റെ കുമ്പളങ്ങി', 'എന്റെ കുമ്പളങ്ങിക്കുശേഷം', 'കുമ്പളങ്ങി ടച്ച്' എന്നീ രചനകൾ സഹൃദയരായ കേരളീയർ കേരളത്തിനകത്തും

പുറത്തും രണ്ടു കൈയും നീട്ടി സ്വീകരിച്ചിട്ടുണ്ട്. ധാരാളം പേർ വായനയ്ക്കുശേഷം അഭിനന്ദനങ്ങൾ അറിയിച്ചിട്ടുണ്ട്. വിമർശിച്ചവരും ഉണ്ട്. എല്ലാം കുമ്പളങ്ങിക്കാരുടെ മന്ദസ്മിതത്തോടെ സ്വീകരിക്കുന്നു.

ഇന്ന് ഇന്ത്യയിൽ മാത്രമല്ല ലോകം മുഴുവൻ കുമ്പളങ്ങി ഗ്രാമം അറിയപ്പെടുന്നു, മാതൃകാ ടൂറിസം ഗ്രാമമായി. യു.എൻ.ഡി.പി. അംഗീകരിച്ച ഇന്ത്യയിലെ പതിനഞ്ച് മാതൃകാഗ്രാമങ്ങളിൽ കുമ്പളങ്ങി തലയുയർത്തി നിൽക്കുന്നു. നാലുഭാഗവും കായലിനാൽ ചുറ്റപ്പെട്ട കുമ്പളങ്ങി ഗ്രാമം. നിറയെ തോടുകളും കുളങ്ങളും. സ്നേഹമുള്ള പച്ച മനുഷ്യർ. തലമുറയായി ലഭിച്ച പാചകക്കൂട്ടുകളും, കലാരൂപങ്ങളും ഗ്രാമത്തിന്റെ വിലപ്പെട്ട സ്വത്ത്. പോലീസ് സ്റ്റേഷനില്ലാത്ത കേരളത്തിലെ ഏകഗ്രാമം. ക്രൈസ്തവദേവാലയങ്ങളും ഹൈന്ദവ അമ്പലങ്ങളും മുസ്ലീം പള്ളിയും കൊച്ചു ഗ്രാമത്തിന്റെ ഈശ്വരചൈതന്യം. എല്ലാ രാഷ്ട്രീയ പാർട്ടികളും പ്രകോപനപരമായ മുദ്രാവാക്യങ്ങൾ വിളിച്ച് ജാഥ നടത്തുകയും ജാഥ കഴിഞ്ഞ് ക്ഷീണം തീർക്കാൻ 'രണ്ടടി'ക്കുകയും ചെയ്യുന്നു. ക്രിസ്തുമസും ഓണവും ബക്രീദും ഗ്രാമീണരുടെ പൊതുവായ പെരുന്നാളുകളാണ്. ലത്തീൻ സഭയ്ക്ക് ഏറ്റവും വളമുള്ള മണ്ണ്. സഭയ്ക്കു ധാരാളം പുരോഹിതന്മാരേയും കന്യാസ്ത്രീകളേയും നൽകുന്ന ഗ്രാമം. ശ്രീനാരായണ ഗുരുദേവന്റെ പാദസ്പർശം ഏറ്റുവാങ്ങി അനുഗൃഹീതമായ കൊച്ചു ദ്വീപ്. ഗുരു മിശ്രഭോജനം നടത്തിയ ഗ്രാമം. വിരലിലെണ്ണാവുന്ന മുസ്ലീം സഹോദരങ്ങൾക്ക് പള്ളി പണിയാൻ ജാതിമതഭേദമെന്യേ ഒന്നിച്ചു സഹായിച്ച ഗ്രാമീണർ. ഒന്നു 'വിടാനും' 'രണ്ടു കൊടുക്കാനും' പിന്നെ ഒന്നിച്ചു കെട്ടിപ്പിടിക്കാനും കഴിയുന്ന സഹൃദയ മനസ്സുകളുടെ ഗ്രാമം. കുമ്പളങ്ങി ഗ്രാമത്തിലെ ജനങ്ങളിലൊരാളെന്ന നിലയിൽ, അവരുടെ ഉൾക്കാഴ്ചയാണ് ഈ കൃതികളിലെല്ലാം പ്രതിഫലിക്കുന്നത്. പണ്ഡിതനായ ക്രിസോസ്റ്റം തിരുമേനിയുടെ ഫലിതങ്ങളും, നമ്പാടൻ മാസ്റ്ററുടെ കുസൃതികളും, കുമ്പളങ്ങിക്കാരുടെ ദൈവദത്തമായ തമാശകളും എല്ലാം ഇതിലുണ്ട്. നിങ്ങൾക്ക് വായിക്കുകയും ആവോളം പൊട്ടിച്ചിരിക്കുകയും ചെയ്യാം; കരയേണ്ടി വരില്ല.

കുമ്പളങ്ങി സെന്റ് പീറ്റേഴ്സ് സ്കൂളിൽ പഠിക്കുമ്പോൾ ഞങ്ങളെ അത്ഭുതപരവശരാക്കിയ ഒരു ഉപകരണമാണ് കാലിഡോസ്കോപ്പ്. ഒരു ചാൺനീളവും രണ്ടുവിരലിന്റെ വീതിയുമുള്ള കണ്ണാടി പാളികൾ തൃകോണാകൃതിയിലുള്ള ഗ്ലാസ്സ് കഷണത്തിൽ

കുത്തി നിർത്തി തുണികൊണ്ട് ബലമായി പൊതിഞ്ഞാണ് ഞങ്ങൾ കാലിഡോസ്ക്കോപ്പുണ്ടാക്കുന്നത്. അതിൽ വിവിധ നിറ മുള്ള ചെറിയ ചരൽ കഷണങ്ങളും പളുങ്കുപൊടികളും ഇടും. ഒരു വർണ്ണ പ്രപഞ്ചമാണ് കാലിഡോസ്ക്കോപ്പിലേക്ക് നോക്കു മ്പോൾ കാണുന്നത്. ചെറുതായി ഒന്നനക്കിയാൽ, ആ വർണ്ണ പ്രപഞ്ചം പൊട്ടി വിതറും.

ഞങ്ങൾ കുമ്പളങ്ങിക്കാർ കാലിഡോസ്ക്കോപ്പുപോലെയാണ്. ജീവിതമാകുന്ന കാലിഡോസ്ക്കോപ്പിലൂടെ ചിരിയുടെ വർണ്ണ പ്രപഞ്ചമാണ് ഞങ്ങൾ കാണുന്നതും ആസ്വദിക്കുന്നതും.

ഈ കഥാസമാഹാരത്തിന് രൂപഭംഗി നല്കിയ ജയ്ഹിന്ദ് ചാന ലിന്റെ CEO സണ്ണിക്കുട്ടി എബ്രഹാം, മലയാള മനോരമ ഡൽഹി ബ്യൂറോ ചീഫ് ഡി. വിജയമോഹൻ, മലയാള മനോരമ തിരുവന ന്തപുരം ബ്യൂറോ സ്പെഷൽ കറസ്പോണ്ടന്റ് സുജിത് നായർ, മാതൃഭൂമി തിരുവനന്തപുരം സ്പെഷൽ കറസ്പോണ്ടന്റ് അനീഷ് അബ്രഹാം എന്നിവരോട് എനിക്ക് പ്രത്യേകമായ കടപ്പാടുണ്ട്. എന്റെ ചിരകാല സുഹൃത്തായ പോൾ സക്കറിയ ഈ കഥകൾ മുഴുവൻ വായിച്ചുനോക്കുകയും മനോഹരമായ അവതാരിക എഴു തുകയും ചെയ്തിട്ടുണ്ട്. അദ്ദേഹത്തിനു നന്ദി. എന്റെ മുൻ ഗ്രന്ഥ ങ്ങളിലെപ്പോലെ ഈ കഥകൾക്ക് ജീവൻ നല്കുന്ന കാരിക്കേച്ചറു കൾ വരച്ചത് എന്റെ സുഹൃത്തായ സുധീർനാഥാണ്. പത്ര പ്രവർത്തകനായ ജഗദീഷാണ് കയ്യെഴുത്തുകൾ വായിച്ച് ആവശ്യ മായ മാറ്റങ്ങൾ വരുത്തിയത്. ഡി.ടി.പി. ജോലികൾ നിർവ്വഹിച്ചത് കൊച്ചിയിലെ ക്ലാസിക് പ്രിന്റേഴ്സ് ഉടമ സി.എൻ. ബൈജുവാണ്. പ്രസിദ്ധീകരിച്ചത് തൃശൂരിലെ പ്രസിദ്ധ പ്രസാധകരായ ഗ്രീൻ ബുക്സ് ആണ്. എല്ലാവർക്കും എന്റെ ഹൃദയം നിറഞ്ഞ നന്ദി.

പ്രൊഫ. കെ.വി.തോമസ്

∎

1
ആനയ്ക്കു ടോൾ

കുമ്പളങ്ങി - പെരുമ്പടപ്പ് പാലത്തിന് ടോൾ ഏർപ്പെടുത്തിയിട്ടുണ്ട്. കുമ്പളങ്ങി ഭാഗത്ത് 'ടോൾ റേറ്റ്' കാണിക്കുന്ന ബോർഡ് എല്ലാവരും കാണുന്നവിധത്തിൽ പ്രദർശിപ്പിരിക്കുന്നു. ഓട്ടോറിക്ഷ -3 രൂപ, കാർ - 3 രൂപ, ടെമ്പോ - (4 വീല്) 4.50 രൂപ ബസ്സ്, ലോറി (ആറു വീല്) 12 രൂപ ഇതാണ് നിരക്ക്. സൈക്കിൾ, സ്കൂട്ടർ, ഭാരവണ്ടി എന്നിവയ്ക്ക് 'ടോൾ' ഇല്ല.

അങ്ങനെയിരിക്കുമ്പോഴാണ് കുമ്പളങ്ങി ശ്രീകൃഷ്ണസ്വാമി ക്ഷേത്രത്തിലെ ഭാഗവതസപ്താഹയജ്ഞത്തിന് ചേർത്തല ഗണേശൻ എന്ന

തലയെടുപ്പുള്ള ആനയെ കൊണ്ടുവരുന്നത്. പാപ്പാൻ സുരേഷ്. ആനയെ ലോറിയിലാണ് സാധാരണ എത്തിക്കുക. അപ്പോൾ ലോറിക്ക് ടോൾവാങ്ങും. പക്ഷേ, ഈ പ്രാവശ്യം പള്ളുരുത്തിയിലെ ഉത്സവം കഴിഞ്ഞ് പാലത്തിലൂടെ നടത്തിയാണ് ആനയെ കുമ്പളങ്ങിയിലേക്ക് കൊണ്ടുവന്നത്. ടോൾ ബൂത്തിലെത്തിയപ്പോൾ ആനയ്ക്ക് ലോറിയുടെ ടോൾ ചോദിച്ചു.

"ആനയ്ക്കെന്തിനാ ടോൾ? ഇവിടെ ലോറി, കാർ എന്നിവയ്ക്കാണ് 'ടോൾ' ഉള്ളത്. അതിന്റെ 'റേറ്റും' എഴുതി വച്ചിട്ടുണ്ട്. ആനയ്ക്ക് 'റേറ്റ്' എവിടെ?" ആനപാപ്പാൻ സുരേഷ് 'ടോളു'കാരനോട് ദേഷ്യപ്പെട്ടു.

"എടോ, പാപ്പാ, പാലത്തിൽക്കൂടി വരുന്ന വാഹനങ്ങളുടെ ഭാരമാണ് 'ടോളിന്' കണക്കാക്കുന്നത്. ലോറിയുടെ ഭാരം ആനയ്ക്കുമുണ്ട്. അതുകൊണ്ട് ആനയ്ക്കു 'റേറ്റ്' ബോർഡിൽ കാണിച്ചിട്ടില്ലെങ്കിലും ലോറിയുടെ 'റേറ്റ്' തരണം" ടോളുകാരൻ തന്റെ നിലപാട് വിശദീകരിച്ചു. തർക്കമായി. പാപ്പാൻ ആനയെ ടോൾബൂത്തിനടുത്തു തന്നെ തളച്ചിട്ടു. ജനം ഓടിക്കൂടി. വിവരം അറിഞ്ഞ് ക്ഷേത്രത്തിലെ ഭാരവാഹികളും എത്തി. ഇത്തരം പ്രശ്നങ്ങൾ ഉണ്ടാകുമ്പോൾ മദ്ധ്യസ്ഥത്തിനെത്തുന്ന സ്ഥലം പഞ്ചായത്ത് പ്രസിഡന്റും മെമ്പർമാരും ഇടപെട്ടു. അവസാനം സന്ധ്യയായി. ലോറിയുടെ 'ടോൾ' ആനയ്ക്ക് വേണ്ടി അമ്പലക്കാർ നൽകും. അമ്പലത്തിൽ ഉത്സവത്തിനുപോകുന്ന ആനയ്ക്ക് ഒരു കുല പഴം 'ടോൾ'കാരൻ നൽകും. രണ്ടു കൂട്ടരുടെയും വാശി തീർന്നു. ആനയ്ക്ക് പഴം, ടോളുകാരന് പണം. ഗണേശനുമായി പാപ്പാൻ സുരേഷ് ശ്രീകൃഷ്ണസ്വാമി ക്ഷേത്രത്തിലേക്ക് മന്ദം മന്ദം നീങ്ങി. നാട്ടുകാർ കയ്യടിച്ചു.

2

അപ്പനും കറുത്ത പട്ടിയും

“ഇത് വളരെ വിലയുള്ള വിദേശ മദ്യമാണ്. അപ്പന് വീട്ടിൽ കൊണ്ടു പോയികഴിക്കാം” ഒരു കുപ്പി “ബ്ലാക്ക് ഡോഗ്” വിസ്കി അപ്പന് നൽകി ക്കൊണ്ട് ഞാൻ പറഞ്ഞു. അപ്പോൾ ഞാൻ എം.പിയാണ്. എന്റെ അപ്പൻ മദ്യം, പ്രത്യേകിച്ച് ചാരായം കഴിക്കുന്നയാളാണ്. എന്നാൽ അപ്പൻ ഒരു മുഴു മദ്യപാനിയല്ല. ഞങ്ങൾക്ക് കൊപ്രാക്കച്ചവടം, പലചരക്കു പീടിക, ചിട്ടി, കയറുകച്ചവടം, അടക്കാക്കച്ചവടം തുടങ്ങി പല “ബിസ്സിന സ്സു”കളും ഉണ്ടായിരുന്നു. എല്ലാ കച്ചവടങ്ങളും സന്ധ്യയ്ക്ക് ഏഴുമ ണിയോടെ അവസാനിപ്പിച്ച്, കണക്കുകൾ നോക്കി, പണം ഒരു തുണി സഞ്ചിയിലാക്കി അപ്പനും അപ്പന്റെ ഉറ്റസുഹൃത്തുക്കളായ ലോനി ച്ചേട്ടനും സേവ്യർ കൊച്ചാപ്പനും ചാരായ ഷാപ്പിൽ എത്തും. ചിലപ്പോൾ എന്നെയും അനുജൻ പീറ്ററിനേയും കൂട്ടും. അവിടെ അപ്പന്റെ കൂട്ടുകാ രനായ കല്ലഞ്ചേരി പനക്കൽ അഗസ്തീഞ്ഞു വല്യപ്പനാണ് ചാരായം

വിൽക്കുന്നത്. വല്യപ്പൻ നല്ലൊരു ചവിട്ടുനാടകക്കാരനുമായിരുന്നു. അപ്പൻ രണ്ട് 'ഡ്രാം' (ഇപ്പോഴത്തെ പെഗ്ഗ്) വെള്ളം ചേർത്ത് കഴിക്കും. പിന്നീട് സോഡവന്നപ്പോൾ പകുതി വെള്ളവും പകുതി സോഡയുമാക്കി. അപ്പന്റെ കൂട്ടുകാർക്കും രണ്ട് 'ഡ്രാം' വീതം നൽകും. തൊട്ടുകൂട്ടാൻ തേങ്ങാച്ചമ്മന്തിയും മാങ്ങാ അച്ചാറും ഉണ്ടാകും. ഞങ്ങൾ മക്കൾക്ക് താറാവുമുട്ട കടയിൽ തൂക്കിയിട്ടിരിക്കുന്ന ചെമ്പുകമ്പിക്കൊണ്ട് നാലായി പൊളിച്ച് അകത്ത് ഉപ്പും കുരുമുളകും വിതറിനൽകും. അസാധ്യസ്വാദാണീ മുട്ടയ്ക്ക്. പിന്നീട്, റാന്തലും പിടിച്ച് വീട്ടിലേക്ക് തിരിക്കും. അപ്പൻ ഒരിക്കലും തനിച്ച് കുടിക്കുന്നത് ഞാൻ കണ്ടിട്ടില്ല. ആരെങ്കിലും കൂടെ വേണം. അതുപോലെ എല്ലാ ജോലിയും കഴിഞ്ഞാലെ കുടിക്കുകയുള്ളു. കുടിച്ചാൽ നേരെ വീട്ടിലേക്ക് പോരും. പ്രാർത്ഥനയും ഊണുംകഴിഞ്ഞ് കിടന്നുറങ്ങും. തോപ്പുംപടിയിൽ എന്റെ വീട് പണിതത് അപ്പന്റെ നേതൃത്വത്തിലാണ്. അപ്പന്റെ അനുജൻ സേവ്യറും കൂടെയുണ്ടാകും. രണ്ടുപേരും കൂടി രാവിലെ പത്തുമണിയോടെ കുമ്പളങ്ങിയിൽ നിന്നും നടക്കും. ഒരുമണിക്കൂർ കൊണ്ട് തോപ്പുംപടിയിൽ എത്തും. ഉച്ചയ്ക്കത്തെ ഊണ് അടുത്തൊരുവീട്ടിൽ പറഞ്ഞേല്പിച്ചിട്ടുണ്ട്. അത് ഒരുമണിയോടെ കഴിക്കും. അഞ്ചുമണിക്ക് പണിക്കാർ പിരിയുമ്പോൾ ഒരു പൈന്റ് ബ്രാണ്ടി വാങ്ങും. അപ്പനും സേവ്യർ കൊച്ചാപ്പനും കൂടി കഴിക്കും. വീണ്ടും കുമ്പളങ്ങിയിലേക്ക് തിരിച്ചുനടക്കും. പിന്നീട് വീടുപണിക്കഴിഞ്ഞ് ഞാൻ താമസിക്കുവാൻ ചെല്ലുമ്പോൾ ഒരുമുറി നിറച്ച് കാലി മദ്യക്കുപ്പികളായിരുന്നു. പറമ്പിലെ ഒരു ചെറിയ കുളം മൂടിയത് ഈ കുപ്പികളിട്ടായിരുന്നു.

ഇങ്ങനെ കൃത്യവ്യവസ്ഥയോടെ മദ്യം കഴിക്കുന്ന അപ്പനാണ് ഞാൻ വിലകൂടിയ മദ്യം നൽകിയത്. 'ബ്ലാക്ക് ഡോഗ് - ഇവൻ ഒരു കറുത്തപട്ടി തന്നെ' അപ്പൻ സന്തോഷത്തോടെ പറഞ്ഞു.

രണ്ടു മൂന്ന് ദിവസം കഴിഞ്ഞ് ഞാൻ കുമ്പളങ്ങി തറവാടു വീട്ടിലെത്തി. സംഭാഷണമദ്ധ്യേ ഞാൻ അപ്പനോട് ചോദിച്ചു. "എങ്ങിനെയുണ്ട് വിദേശി?"

"കൊള്ളാം. പക്ഷേ നമ്മുടെ 'പ്യാരി'യോടൊപ്പം വരില്ല" അപ്പൻ ചിരിച്ചുകൊണ്ട് പറഞ്ഞു. 'പ്യാരി' പ്യാരികമ്പനിയുടെ കണ്ണുനീർ പോലത്തെ ചാരായമാണ്. ഞങ്ങൾ കുമ്പളങ്ങിക്കാർ ഇവനെ സ്നേഹപൂർവ്വം 'പ്യാരി' എന്നേ വിളിക്കു.

“എടാ, നീ കൊടുത്തയച്ച കുപ്പി അപ്പൻ ഇവിടെ കൊണ്ടുവന്ന പ്പോൾ ഒരുതുള്ളിപോലും ഇല്ലായിരുന്നു” അമ്മ എന്നോടു പറഞ്ഞു.

“അതേടാ, ഞാൻ വരുന്നവഴിക്ക് എന്റെ എല്ലാ സ്നേഹിതന്മാരെയും കണ്ട് അവർക്കെല്ലാം ഓരോ ‘ഡ്രാം’ നിന്റെ കറുത്തപട്ടിയെ നല്കി. മുന്തിയ ഇനമല്ലേ! എല്ലാവരും ഇതിന്റെ രുചിയറിയട്ടെ. ഞാൻ തനിച്ചു കുടിച്ചാൽ നീ ഇത്രയും വലിയ വിലയുള്ള ‘സാധനം’ നൽകിയത് ആരാണറിയുന്നത്.” അപ്പന്റെ വിശാല ഹൃദയം എനിക്കു മനസ്സിലായി.

3

കോളാമ്പി

ലൗഡ് സ്പീക്കറിന് ഉച്ചഭാഷിണി എന്ന മനോഹരമായ പേര് നൽകിയത് ഞങ്ങൾ കുമ്പളങ്ങിക്കാരാണ്. പ്രധാനപ്പെട്ട യോഗങ്ങളും പള്ളിപ്പെരുന്നാളുകളും ഉത്സവങ്ങളും നടക്കുമ്പോൾ നോട്ടീസിന്റെ താഴെ ഉച്ചഭാഷിണി ഉണ്ടായിരിക്കും എന്ന പ്രത്യേകകുറിപ്പ് ‘എൻ. ബി.’ആയി ചേർക്കുന്നതും ഞങ്ങൾ കുമ്പളങ്ങിക്കാരുടെ മാത്രം ശീലമാണ്.

ഉച്ചഭാഷിണി പിന്നീട് ഉപയോഗരീതിയനുസരിച്ച് 'തെങ്ങേപ്പാട്ടും', 'കരച്ചിൽ യന്ത്രവും' ഒക്കെയായി മാറി. കോളാമ്പി തെങ്ങിൽ കെട്ടുന്നതുകണ്ടാണ് 'തെങ്ങേപ്പാട്ടായത്' മരണവീട്ടിൽ കരച്ചിലിന് ശക്തി പകരുന്നതിന് 'ലൗഡ് സ്പീക്കർ' ഉപയോഗിച്ചു തുടങ്ങിയപ്പോൾ 'കരച്ചിൽ യന്ത്രമായി.'

ഇങ്ങനെയുള്ള 'ലൗഡ് സ്പീക്കർ' ഏതാനും വർഷങ്ങൾക്കു മുമ്പ് വലിയൊരു ഭീഷണിയെ നേരിട്ടു. ശബ്ദമലിനീകരണം തടയുന്നതിന് 'കോളാമ്പി' ഉപയോഗിക്കരുതെന്നും "ബോക്സ്" ഉപയോഗിക്കണമെന്നും പോലീസ് നിർബന്ധിച്ചു.

കോളാമ്പികളെല്ലാം പോലീസ് പിടിച്ച് കേസാക്കി. പക്ഷേ 'തലേക്കല്ലന്മാരായ' കുമ്പളങ്ങിക്കാർക്ക് പോലീസ് നിയമത്തെ മറികടക്കാൻ യാതൊരു ബുദ്ധിമുട്ടും ഉണ്ടായില്ല. ഞങ്ങൾ കോളാമ്പിയെടുത്ത്, ബോക്സിനകത്താക്കി. ബോക്സിലൂടെ പാട്ടും പ്രസംഗവും പുറത്തു വന്നു. ഇതാണ് കുമ്പളങ്ങിക്കാരുടെ ബുദ്ധി.

4

മൊബൈൽ സംഗീതം

മൊബൈൽ സംഗീതം വളരെ ആകർഷകമായിക്കൊണ്ടിരിക്കുന്ന കാലഘട്ടമാണല്ലോ ഇത്. മൊബൈൽ ഫോണിൽ വരുന്ന പാട്ടുകൾ കേട്ടാൽ ഉടമസ്ഥന്റെ സ്വഭാവവും ജോലിയും തന്നെ നിശ്ചയിക്കുവാൻ കഴിയും എന്നാണ് ഞങ്ങൾ കുമ്പളങ്ങിക്കാരുടെ അഭിപ്രായം.

"സാരെ ജഹാംസെ അച്ഛാ, ഹിന്ദു സിത്താ ഹമാര, ഹമാര" എന്നാണ് ഗാനമെങ്കിൽ അതൊരു പ്രായമേറിയ കോൺഗ്രസ്സുകാരന്റെതാണ്. അല്പം ഹിന്ദി പ്രേമിയും. ദേശസ്നേഹം അവർക്കാണല്ലോ കൂടുതൽ.

"ഹം തും ഏക്ക് കമരേ മേ ബന്ദ് ഹെ" എന്നാണ് ഗാനമെങ്കിൽ ഹോസ്റ്റലിൽ താമസിക്കുന്ന കോളേജുകുമാരിയോ അവിവാഹിതയായ ഹോസ്റ്റൽ വാർഡനോ ആയിരിക്കും. അവർക്കാണല്ലോ കൂടുതൽ വിരഹവേദന. "സ്വപ്നങ്ങളെ നിങ്ങൾ സ്വർഗ്ഗകുമാരികളല്ലോ" എന്ന

സ്വപ്നഗാനത്തിന്റെ ഉടമകൾ പതിനെട്ടു വയസ്സെത്തിയ കോളേജുകുമാരി കുമാരന്മാരാണ്. സ്വപ്നങ്ങൾ കെട്ടിയുയർത്തുന്ന പ്രായമാണല്ലോ അവരുടേത് “കണ്ണിൽ കണ്ണിൽ നോക്കിയിരുന്നാൽ” എന്ന ഗാനത്തിന്റെ ഉടമകൾ ഹൈസ്കൂൾ വിദ്യാർത്ഥി വിദ്യാർത്ഥിനികളാണ്. കണ്ണിൽ നോക്കി സ്വപ്നം കാണുന്നതാണല്ലോ ഈ പ്രായം.

“കർത്താവെ ആഴത്തിൽ നിന്നുമിപ്പോൾ, ആർത്തനായി കേഴുന്നു പാപിയാം ഞാൻ” എന്നഗാനം ശവസംസ്കാര സമയത്ത് ക്രൈസ്തവ പുരോഹിതന്മാർ പാടുന്നതാണ്. ശോകസാന്ദ്രമായ ഈ പാട്ടാണ് മൊബൈലിൽ വന്നതെങ്കിൽ ഉടമ വിഷാദഹൃദയനായ കത്തോലിക്കനാണ് “ചോരതുടിക്കും ചെറുകയ്യുകളെ പേറുക വന്നീ പന്തങ്ങൾ” സി.പി.ഐക്കാരന്റേതാണ്. പാട്ടിൽ വീര്യം ഉണ്ടെങ്കിലും സൗമ്യമാണ്.

“ചോരവീണമണ്ണിൽ നിന്നുയർന്നുവന്ന പൂമരം, ചേതനയിൽ നൂറു നൂറ് പൂക്കളായി പൊലിക്കവേ, നോക്കുവിൻ സഖാക്കളെ നമ്മൾ വന്ന വീഥിയിൽ, ആയിരങ്ങൾ ചോരകൊണ്ടെഴുതി വച്ച വാക്കുകൾ, ലാൽ സലാം.... ലാൽ സലാം” ഈ മൊബൈൽ അല്പംപോലും ഈശ്വര ചിന്തയില്ലാത്ത വൈരുദ്ധ്യാത്മക ഭൗതികവാദത്തിൽ ഉറച്ചുനിൽക്കുന്ന സി.പി.എംകാരന്റേതാണ്. ചോരയാണ് അയാൾക്ക് ആവേശം.

"ചെത്തിമന്ദാരം തുളസ്സി പിച്ചകമാലകൾ ചാർത്തി" എന്ന ഗാനം ഒരു ഗുരുവായൂർ ഭക്തയുടെതാണ്. മദ്ധ്യവയസ്ക്ക. കാരണം ഇത് അല്പം പഴയഭക്തിഗാനമാണ്. ചിലസ്ഥാപനങ്ങൾക്കു സ്വന്തമായ മൊബൈൽ ഗാനങ്ങളുണ്ട്. ആ സ്ഥാപനത്തിലെ എല്ലാ അംഗങ്ങളും ഈ ഗാനം അവരുടെ മൊബൈലുകളിൽ ഉപയോഗിക്കുന്നു.

"മാതൃഭൂമി, മാതൃഭൂമി" ചിരപരിചിതമായ 'മാതൃഭൂമി' ഗാനമാണ് "കരുണചെയ്‌വാനെന്തു താമസം കൃഷ്ണാ" എന്ന ഭക്തിഗാനമാണ് വരുന്നതെങ്കിൽ ചെറുപ്പക്കാരിയായ നർത്തകിയാണ് ഉടമസ്ഥ. കൃഷ്ണ ഭക്തിയും നടനശൈലിയും ഈ ഗാനത്തിലുണ്ട്. "ഹരി ഹര സുതനേ ശരണമെന്റയ്യപ്പോ" ഒരു അയ്യപ്പഭക്തനായ മലയാളിയുടേതാണ്.

5

കുമ്പളങ്ങി അമ്മായിയമ്മ

പതിനെട്ടിനും ഇരുപതിനും മദ്ധ്യേ വയസ്സുള്ളപ്പോൾ കുമ്പളങ്ങിയിൽ എല്ലാ യുവതി യുവാക്കളുടേയും കല്ല്യാണം കഴിഞ്ഞിരിക്കും. ഈ സമയത്തു കല്ല്യാണം നടക്കുന്നില്ലെങ്കിൽ, പിന്നെ ജീവിതകാലം മുഴുവൻ അവിവാഹിതരായി കഴിയാനാണ് സാദ്ധ്യത. എന്താണീ കുമ്പളങ്ങി പ്രതിഭാസത്തിനുകാരണം എന്ന് ഞാൻ പലപ്പോഴും ചിന്തിക്കാറുണ്ട്.

കുമ്പളങ്ങിയിലേക്ക് വിവാഹം കഴിച്ചുവരാൻ പെൺകുട്ടികൾക്ക് ഇഷ്ടമാണ്. കുമ്പളങ്ങി അമ്മായിയമ്മമാർ പരമ്പരാഗതമായി ലഭിച്ചിട്ടുള്ള പോരിന്റെ തീക്ഷ്ണത കുറച്ചിട്ടില്ലെങ്കിലും സ്നേഹത്തിനും പരിചരണത്തിനും വളരെ മുമ്പിലാണ്. മീൻവെട്ടിയ കൈ തന്നെ മുത്താൻ മരുമകൾക്ക് നീട്ടുന്ന കുമ്പളങ്ങി അമ്മായിയമ്മ മരുമകളുടെ പ്രസവ ശുശ്രൂഷയും ആത്മാർത്ഥമായി നടത്തും. മരുമകൾ ഗർഭിണിയാകുമ്പോൾ തന്നെ ശുശ്രൂഷ ആരംഭിക്കും. മരുമകൾക്ക് പൂർണ്ണവിശ്രമമാണ്. മുറ്റമടിക്കേണ്ട, വീട് തൂക്കണ്ട, തുണി അലക്കണ്ട. രാവിലെ ആട്ടിൻ പാലും പുഴുങ്ങിയ രണ്ടുമുട്ടയും. കുട്ടിക്ക് നല്ല നിറം കിട്ടാൻ അമ്മയ്ക്ക് പൂവൻപഴം. കൊതിതീരാൻ പച്ചമാങ്ങയും ഉപ്പും. വാളമ്പുളിപഴുത്തത്.

ഇങ്ങനെയാണ് മരുമകളെ പ്രസവത്തിന് തയ്യാറാക്കുന്നത്. രാവിലെയും വൈകുന്നേരവും സുഖപ്രസവത്തിന് സകല പുണ്യവാളന്മാരോടുമുള്ള പ്രാർത്ഥന. വല്ലാർപാടം മുതൽ വേളാങ്കണ്ണിവരെ നേർച്ച. പ്രസവം കഴിഞ്ഞാലോ. കുഞ്ഞിനെ താഴെ വയ്ക്കില്ല. താഴെവച്ചാൽ ഉറുമ്പരിച്ചാലോ? തലയിൽ വെക്കില്ല. പേനരിച്ചാലോ? അന്നൊക്കെ അമ്മായിയമ്മമാരുടെ തലയിൽ നിറച്ച് പേനും ഈരും ആണ്. ഞായറാഴ്ച്ചചകളിൽ കുർബാനയും ഉച്ചയൂണും കഴിഞ്ഞാൽ മരുമകളുടെ മടിയിൽ അമ്മായിയമ്മമാർ തല വച്ചുകൊടുക്കും. പേനും ഈരും കളയാൻ പ്രത്യേക ചീപ്പും ഈരെടുക്കാൻ ഈരുകോലുമുണ്ട്. 'ശ്ലീ'എന്ന ശബ്ദത്തോടെ മരുമകൾ അമ്മായിയമ്മയുടെ തലയിലെ പേനും ഈരും പിടിച്ച് തള്ളവിരലിലെ നഖംകൊണ്ട് ഞെക്കിക്കൊല്ലും.

പ്രസവം കഴിഞ്ഞാൽ പ്രത്യേകശുശ്രൂഷ അമ്മായിയമ്മ തുടങ്ങുകയാണ്. പ്രസവിച്ചവരെ നോക്കാൻ പരിചയസമ്പന്നരായ വയറ്റാട്ടികളുണ്ട്. അവരാണ് കുഞ്ഞിനെയും തള്ളയെയും കുളിപ്പിക്കുന്നത്. തള്ളയെ പ്രത്യേകം ഓലകൊണ്ടുണ്ടാക്കിയ മറവിനുള്ളിലാണ് മരുന്നിട്ടുവേവിച്ച വെള്ളം- വേതുവെള്ളം കൊണ്ട് കുളിപ്പിക്കുന്നത്. കുളിപ്പിക്കുന്നതിന് മുമ്പ് നാട്ടുവൈദ്യരുണ്ടാക്കിയ കുഴമ്പിട്ട് ഉച്ചി മുതൽ പെരുവിരൽ വരെ തടകും. എണ്ണപുരട്ടലും വേതുവെള്ളം കൊണ്ടുള്ളകുളിയും കഴിഞ്ഞാൽ മരുമകൾക്കുള്ള ഭക്ഷണവും പ്രത്യേകമാണ്. അമ്മായിയമ്മതന്നെയാണ്

ഈ ഭക്ഷണം ഉണ്ടാക്കുന്നതും കൊടുക്കുന്നതും. ഉണക്കലരിയുടെ അധികം വേകാത്തചൂട് ചോറ്. ചോറിൽ വീട്ടിലെ പശുവിൻ പാലിൽ നിന്നെടുത്ത നറുവെണ്ണ ചൂടാക്കിയ നെയ്യും വറ്റിച്ചെടുത്ത ഉപ്പും ചേർക്കുന്നു. ഉപ്പിന്റെയും നെയ്യിന്റെയും നറുമണം. കുടമ്പുളിയിട്ട് പറ്റിച്ച വരാൽകറി. മഞ്ഞൾപ്പൊടിയിട്ട്, വേപ്പിലയും ഉള്ളിയും കടുകും പൊട്ടിച്ച മോര്. എല്ലാം പ്രത്യേകമാണ്. മരുമകൾ ഭക്ഷണം കഴിക്കുമ്പോൾ ആ മുറിയിൽ അമ്മായിയമ്മ ആരേയും കടത്തിവിടില്ല. കണ്ണു കിട്ടിയാലോ! ഇങ്ങനെ അടുത്ത പ്രസവത്തിനായി മരുമകളെ തയ്യാറെടുപ്പിക്കുന്ന സ്നേഹമുള്ള അമ്മായിയമ്മമാരെ കുമ്പളങ്ങിയിലേ കാണൂ. അതുകൊണ്ടാണ് കുമ്പളങ്ങിയിലേക്ക് കല്ല്യാണം കഴിച്ചുവരാൻ പെൺകുട്ടികൾക്ക് പ്രത്യേക താത്പര്യം. ഇതുപോലെ തന്നെയാണ് മരുമകനോടും. മരുമകൻ വീട്ടിൽവന്നാൽ അമ്മായിയമ്മയുടെ പ്രത്യേകശുശ്രൂഷ ആരംഭിക്കുകയാണ്. രാവിലെ പല്ലുതേയ്ക്കാൻ ഉമിക്കരി, നാക്കുവടിക്കാൻ രണ്ടായി പിളർത്തിയ ഈർക്കിൽ. കുളിക്കാൻ നല്ലഗന്ധമുള്ള കാച്ചിയ വെളിച്ചെണ്ണ. കുളികഴിഞ്ഞുവന്നാൽ അപ്പവും താറാവിറച്ചി കറിയും. ഉച്ചയ്ക്ക് കരിമീൻ പൊരിച്ചതും ഞണ്ടുകറിയും ചെമ്മീൻ വറുത്തതും ഓരോ ഗ്ലാസ്സ് കള്ളും. അത്യാവശ്യമാണെങ്കിൽ വാറ്റുചാരായവും. ഇത്തരം സ്നേഹമുള്ള അമ്മായിയമ്മമാരെ കുമ്പളങ്ങിയിലല്ലാതെ വേറെ എവിടെകിട്ടും. അതുകൊണ്ടാണ് കുമ്പളങ്ങിയിൽ നിന്ന് കല്ല്യാണം കഴിക്കുവാനും കുമ്പളങ്ങിയിലേക്ക് കെട്ടിച്ചയക്കാനും മറ്റു ഗ്രാമക്കാർക്കുള്ള താത്പര്യം.

6

കുമ്പളങ്ങി ചായക്കടക്കാരൻ

കുമ്പളങ്ങിയിലെ ഒരു ചായക്കടയിൽ കാപ്പി കുടിക്കാൻ ഞാൻ കയറി. തനി തട്ടുകട. പഴം പൊരിച്ചതും സുഖിയനും പരിപ്പുവടയും ചക്കയുണ്ടയും എല്ലാം തട്ടുകടയിലെ അലമാരയിലുണ്ട്. ചായ വീഴ്ത്തുന്നതും പലഹാരം കൊടുക്കുന്നതും കാശു വാങ്ങിക്കുന്നതും എല്ലാം

ഉടമസ്ഥൻ തന്നെ. ഞാനും ഡ്രൈവറും കൂടി ഓരോ ചായയും സുഖിയനും കഴിച്ചു. കടയിൽ നിന്ന് ഇറങ്ങിയപ്പോൾ ഞാൻ ചോദിച്ചു. "എന്താ യെടോ."

"സാറിന്റെ പൈസ ഞാൻതന്നെ കൊടുത്തു" കടക്കാരൻ എന്നോട് ചിരിച്ചുകൊണ്ടു പറഞ്ഞു.

"താൻ തന്നെയല്ലെ ഈ കടയിൽ കാശു വാങ്ങുന്നത്. പിന്നെ എന്റെ കാശു താൻ കൊടുത്തു എന്നു പറഞ്ഞതെങ്ങനെ?" ഞാൻ കടക്കാരനോടു ചോദിച്ചു.

"സാറേ, സാർ കുടിച്ച ചായയുടെയും കഴിച്ച സുഖിയന്റെയും വില ഞാൻ തന്നെ എന്റെ മടിക്കുത്തിൽ നിന്ന് എടുത്ത് പെട്ടിയിൽ ഇട്ടിട്ടുണ്ട്. സാറേ, ഈ കടയിൽ ആർക്കും കടവുമില്ല, സൗജന്യവുമില്ല. സാർ എന്റെ കടയിൽ കയറിയതിലുള്ള സന്തോഷം കൊണ്ടാണ് സാറിന്റെ കാശ് ഞാൻ തന്നെ നല്കിയത്." കടക്കാരൻ ചിരിച്ചുകൊണ്ട് പറഞ്ഞു.

7

കനാൽപ്പരുങ്ങിയും കന്യാസ്ത്രീയും

ഇരുപത്തിയഞ്ച് വർഷങ്ങൾക്ക് മുമ്പ് കുമ്പളങ്ങിയിലെ പല വീടുകളിലും ചാരായം വാറ്റിയിരുന്നു. അത് ഒരു ചെറുകിട വ്യവസായമായി വളർന്നു. ബാറ്ററി, തേൾ, പാറ്റ, പൂവൻപഴം, മുന്തിരി, പൈനാപ്പിൾ തുടങ്ങി എല്ലാം ചാരായം ഉണ്ടാക്കുന്നതിന് ഉപയോഗിച്ചിരുന്നു. ഇങ്ങനെ ഉണ്ടാക്കുന്ന ചാരായത്തിന് പ്രത്യേക പേരും ഉണ്ടായിരുന്നു. 'കനാൽപ്പരുങ്ങി.' ബാറ്ററിയിൽ നിന്നാണ് ഉണ്ടാക്കിയിരുന്നത്. 'അടിച്ചാൽ' തല കറങ്ങി കാനയിൽ വീഴും. പിന്നെ എഴുന്നേൽക്കില്ല.

'മണവാട്ടി, പൂവൻപഴത്തിൽ നിന്നാണ്. ആദ്യം നാണിക്കും. പിന്നീട് കുടിക്കാൻ തുടങ്ങിയാൽ നിൽക്കില്ല.

'കന്യാസ്ത്രീ' നിഷ്കളങ്കയാണ്. മുന്തിരിയാണ് ഉറവിടം. കഴിച്ചു തുടങ്ങിയാൽ എല്ലാം മറക്കും. മിണ്ടില്ല. പ്രാർത്ഥനയിലാകും. 'ജീസസ്സ്' ഉഗ്രനാണ്. വെള്ളിയാഴ്ച കഴിച്ചാൽ ഞായറാഴ്ചയേ എഴുന്നേൽക്കൂ.

പ്രൊഫ. കെ.വി. തോമസ്

വെള്ളിയാഴ്ച കുരിശിലേറ്റിയ യേശുവും ശനിയാഴ്ച അർദ്ധരാത്രി കഴിഞ്ഞാണല്ലോ ഉയിർത്തെഴുന്നേറ്റത്.

ചാരായം ഉണ്ടാക്കുകയും വില്ക്കുകയും മാത്രമല്ല, ആവശ്യത്തിന് കഴിക്കുകയും ചെയ്തിരുന്നു. അതുകൊണ്ട് എല്ലാവരുടെയും മുഖം ചുവന്ന് തുടുത്തിരുന്നു. കാണാൻ സുന്ദരന്മാർ. പെരുന്നാൾ, മാമോദീസ, കല്ല്യാണം, ശവസംസ്കാരം തുടങ്ങി എല്ലാ പ്രധാന ചടങ്ങുകളിലും ചാരായം നിർബന്ധമായിരുന്നു. സന്തോഷിക്കുമ്പോഴും 'ഒന്ന്'ടിക്കണം, ദുഃഖിക്കുമ്പോഴും 'ഒന്ന്'ടിക്കണം.

8
രണ്ടടിക്കണം

ഞായറാഴ്ച രണ്ടാം കുർബ്ബാന കഴിഞ്ഞ് പള്ളിയുടെ വട്ടക്കല്ലിൽ ഇടവക ജനങ്ങളെല്ലാം കൂടിയിട്ടുണ്ട്. പ്രായം ഏറെ ചെന്ന വികാരി യച്ചന്റെ അദ്ധ്യക്ഷതയിലാണ് യോഗം.

പോർച്ചുഗീസ് പാരമ്പര്യം കൈവിടാതെ 'മൂത്തച്ചൻ' തലയിൽ ഒരു കറുത്ത 'ഹാറ്റ്' വച്ചിട്ടുണ്ട്. കൈയിൽ ഒരു വാക്കിംഗ് സ്റ്റിക്കുമുണ്ട്.

കൊച്ചച്ചനാണ് പ്രധാന പ്രാസംഗികൻ. വിഷയം മദ്യനിരോധനം. "പ്രിയപ്പെട്ട ഇടവകാംഗങ്ങളെ, വളരെ പ്രധാനപ്പെട്ട ഒരു വിഷയം നിങ്ങളുമായി പങ്കുവെക്കുന്നതിനാണ് ഞാൻ ഇവിടെ നിൽക്കുന്നത്. മദ്യം നമ്മുടെ കുടുംബങ്ങളെ നശിപ്പിക്കുന്നു. മദ്യം വിഷമാണ്. പക്ഷേ, അറിഞ്ഞുകൊണ്ടുതന്നെ കല്ല്യാണത്തിനും പെരുന്നാളിനും എന്നു വേണ്ട മരണവീട്ടിൽ സങ്കടം തീർക്കുന്നതിനുപോലും മദ്യം വേണം. ഏറ്റവും കൂടുതൽ മദ്യം ഉപയോഗിക്കുന്ന ഒരു സംസ്ഥാനമായി നാം മാറിയിരിക്കുകയാണ്. ഇതൊരു ദുരന്തമായി തീർന്നിരിക്കുന്നു. ആലോചിച്ചിട്ട് ഒരു പിടിയും കിട്ടുന്നില്ല."

"പിടികിട്ടും അച്ചോ. രണ്ടടിച്ചാൽ മതി." മറുപടി പറഞ്ഞത് 'മൂത്തച്ച നായി'രുന്നു. മൂപ്പീന്ന് പഴയ പോർച്ചുഗീസ്സ് പാരമ്പര്യം നിലനിർത്തി രാത്രി ഭക്ഷണത്തിന് മുമ്പ് 'രണ്ടു' വിടും. ഭക്ഷണം കഴിഞ്ഞാൽ ഒരു ചുരുട്ടു വലിക്കുകയും ചെയ്യും.

മൂത്തച്ചന്റെ കമന്റ് കേട്ട് എല്ലാവരും ഉറക്കെ ചിരിച്ചു.

9
തുലാം പത്ത്

"മാഷെ ഇന്ന് തുലാം പത്താണ്. ഇനി ഏതു മാളത്തിലും പൊത്തിലും ഒളിക്കാം" കുമ്പളങ്ങി ടച്ച് എന്ന എന്റെ പുസ്തകത്തെക്കുറിച്ച് മനോരമ ചാനൽ കുമ്പളങ്ങി പാലത്തിനടിയിൽ ലൈവ് പരിപാടി നടത്തുന്ന സന്ദർഭം. അവിടെ വന്ന ഒരു കുമ്പളങ്ങിക്കാരനാണ് ഈ കാര്യം പറഞ്ഞത്.

"അതെന്താടൊ?" ഞാൻ ചോദിച്ചു.

"അതേ മാഷെ. തുലാം പത്തുമുതൽ നല്ല ഇടി വെട്ടും മഴയുമാണ്. പോതിലും പൊത്തിലും താമസിക്കുന്ന പാമ്പുൾപ്പെടെയുള്ള ജീവികൾ ഇടിവെട്ടും മിന്നലും ഏറ്റ് ചത്തുപോകും. അപ്പോൾ നമ്മുക്ക് ധൈര്യ മായി പോതിലും പൊത്തിലും കയറാം." കുമ്പളങ്ങിക്കാരൻ തന്റെ പൊതുവിജ്ഞാനം അവതരിപ്പിച്ചു.

10
ചങ്കും കുടലും കരളും

കേരള ഗവർണ്ണർ ആർ.എൽ. ഭാട്ടിയ കുമ്പളങ്ങി മാതൃകാഗ്രാമം സന്ദർശിക്കുന്ന സന്ദർഭം.

ഗവർണ്ണർ വരുന്നതിനു മുമ്പു തന്നെ പോലീസ് പാർട്ടി എത്തി പരിശോധന തുടങ്ങി. ഗവർണ്ണർ സന്ദർശിക്കുന്ന എല്ലാ സ്ഥലങ്ങളിലും പോലീസ് നായ മണത്തുനടന്നു. കുമ്പളങ്ങി പാലത്തിനു താഴെയുള്ള പാർക്കിലും നായ എത്തി. അവിടെയുള്ള 'ഫുഡ് കോർട്ടി'ലേക്ക് നായ കടന്നപ്പോൾ, കുമ്പളങ്ങി കോൺഗ്രസ്സ് മണ്ഡലം പ്രസിഡണ്ടായ ആന്റണി കോച്ചേരിയും മുൻ പഞ്ചായത്തു പ്രസിഡണ്ടായ ശിവദത്തനും ഓടിയെത്തി പോലീസുകാരോടു പറഞ്ഞു "ഫുഡ് കോർട്ടിൽ കയറരുത്. അവിടെ ചങ്കും കരളും കുടലും ഉണ്ട്."

"ചങ്കും കരളും കുടലുമോ" പോലീസുകാർ അങ്കലാപ്പോടെ ചോദിച്ചു.

"അതേ സാറെ! വൈകുന്നേരത്തെ ഭക്ഷണം കരൾകറി, കുടലു കറി, ചങ്കുകറി എന്നിവ. പട്ടിയെ കയറ്റി ഞങ്ങളെ ചതിക്കല്ലെ!"

പോലീസുകാരും കൂടിനിന്ന നാട്ടുകാരും പൊട്ടിച്ചിരിച്ചു.

11

ഇടിയും ചീട്ടും

കുമ്പളങ്ങി പാലം വരുന്നതിനു വളരെ മുമ്പുള്ള കാലം. എല്ലാ കുമ്പളങ്ങിക്കാരും ഫെറി കടന്ന് പെരുമ്പടപ്പ് വഴി വേണം പുറത്തേക്ക് പോകാൻ. അന്ന് പെരുമ്പടപ്പ്, കുമ്പളങ്ങിവഴി, പള്ളുരുത്തിവെളി എന്നീ സ്ഥലങ്ങളിൽ ഗുണ്ടാസംഘങ്ങൾ ഉണ്ട്. അവർക്ക് ഗുണ്ടാപ്പിരിവു നൽകിയില്ലെങ്കിൽ ഇടിയാണ്. ഇടികൊണ്ട് കുമ്പളങ്ങിക്കാർ സഹികെട്ടു. യാത്ര ചെയ്യാനാണെങ്കിൽ വേറെ മാർഗ്ഗവുമില്ല. അവസാനം ഒത്തുതീർപ്പായി. ഗുണ്ടാഫീസ്സുനൽകുന്നവർക്ക് ചീട്ടു നല്കും. ചീട്ടുണ്ടെങ്കിൽ തല്ലില്ല. മാത്രമല്ല ഒരു സ്ഥലത്തു തല്ലിയാൽ, അവിടത്തെ ഗുണ്ടാസംഘം ചീട്ടുനല്കും. പിന്നെ മറ്റൊരിടത്തും തല്ലാൻ പാടില്ല.

എങ്ങനെയുണ്ട് നിയമം!

12

കുമ്പളങ്ങിയും മെക്സിക്കോവും

നാക്കിനു പിടിക്കുന്ന ഭക്ഷണവും തലയ്ക്കു പിടിക്കുന്ന മദ്യവും ഞങ്ങൾ കുമ്പളങ്ങിക്കാരുടെ ബലഹീനതയാണ്. അപ്പവും മുട്ടക്കറിയും, പുട്ടും പപ്പടവും കുടൽ കറിയും ചോറും ഞങ്ങളുടെ ഇഷ്ടഭക്ഷണങ്ങളാണ്. പൂവൻപഴമിട്ട് വാറ്റിയ കണ്ണുനീരിന്റെ നിറമുള്ള ചാരായം ഞങ്ങളുടെ ഇഷ്ടമദ്യമാണ്.

ഒരു കുമ്പളങ്ങിക്കാരനെന്ന നിലയിൽ എവിടെ പോയാലും ആ പ്രദേശത്തെ തനതായ ഭക്ഷണമാണ് എനിക്ക് ഇഷ്ടം. ഒരിക്കൽ സ്പെയിനിൽ പോയപ്പോൾ, അവിടത്തെ ഒരു ഗ്രാമം സന്ദർശിക്കാൻ കഴിഞ്ഞു. ആ ഗ്രാമത്തിലെ വൈനും തണുപ്പിച്ച ഇറച്ചിക്കഷണവും എനിക്ക് ഇഷ്ടപ്പെട്ടു.

അടുത്തകാലത്ത് ഡൽഹിയിൽ പോയപ്പോൾ, 'റോഡിയോ' എന്ന മെക്സിക്കൻ റെസ്റ്റോറന്റിൽ ഭക്ഷണം കഴിച്ചു. ഈ റെസ്റ്റോറന്റിലെ

തക്കാളി ചോറും ആട്ടിൻ കറിയും ടെകില (Tequila) എന്ന മദ്യവും എനിക്ക് വളരെ ഇഷ്ടപ്പെട്ടു. കൂടെ ഒരു 'ക്യൂബൻ സിഗാറും.' ഞാൻ അവിടെ ഇരുന്നപ്പോൾ എന്റെ മനസ്സ് പോയത് കുമ്പളങ്ങിയിലേക്കാണ്. കുമ്പളങ്ങിയിലെ വാറ്റിയ ചാരായവും കുടൽ കറിയും ചുരുട്ടും എന്റെ മനസ്സിലേക്കു കടന്നു വന്നു. കോണാട്ട് സ്പേസിലെ, റോഡിയോ

റെസ്റ്റോറന്റിൽ ഞാനൊരു കുമ്പളങ്ങിക്കാരനായി. ഞാനും അവിടെ ഉണ്ടായിരുന്ന ചെറുപ്പക്കാരോടും ചെറുപ്പക്കാരികളോടും ഒപ്പം പാടി.

"കുട്ടനാടൻപുഞ്ചയിലെ കൊച്ചുപെണ്ണേ കുയിലാളെ
കൊട്ടുവേണം, കുഴൽ വേണം, കുരവ വേണം
ഓ തിത്തിത്താര തിത്തിതെയ് തിത്തൈ തക
തെയ്തെയ്തോം"

13

അമേരിക്കൻ കുമ്പളങ്ങിക്കാർ

കുമ്പളങ്ങിയിൽ നിന്ന് വിദ്യാസമ്പന്നരായ ധാരാളം ചെറുപ്പക്കാർ വിദേശത്തു പോയിട്ടുണ്ട്, പ്രത്യേകിച്ച് അമേരിക്കയിൽ. എന്റെ സഹപാഠികളായ കെ.എക്സ്. ജോർജ്ജ്, ജോബ്കുട്ടി കണ്ണങ്കേരി, ചാർളി കണ്ണങ്കേരി, കെ.ആർ. ജോസഫ് തുടങ്ങി ധാരാളംപേർ ഇവരിൽ ഉൾപ്പെടുന്നു. അമേരിക്കയിലും മറ്റു വിദേശ രാജ്യങ്ങളിലും കുമ്പളങ്ങിക്കാർ ചേക്കേറാൻ ഒരുകാരണം മോൺ. ജോർജ്ജ് ചക്യാമുറിയാണ്. വരാപ്പുഴ രൂപതയുടെ പ്രതിനിധിയായി കാൽനൂറ്റാണ്ടുകാലം മോൺ. ചക്യാമുറി അമേരിക്കയിലുണ്ടായിരുന്നു. കുമ്പളങ്ങിയിൽ നിന്ന് പലരേയും അമേരിക്കയിലെത്തിച്ചത് മോൺസിഞ്ഞോറാണ്. ഇങ്ങനെ പോയവരുമായി ബന്ധപ്പെടുത്തി ചില കഥകളുണ്ട്.

അമേരിക്കയിൽപോയ കുമ്പളങ്ങിക്കാരൊക്കെ നാട്ടിൽനിന്നേ കല്ല്യാണം കഴിക്കാറുള്ളു. അവരുടെ പ്രത്യേക താത്പര്യം സാധുവായിരിക്കണം വധു എന്നതാണ്. ഒരിക്കൽ അമേരിക്കയിലുള്ള കുമ്പളങ്ങിക്കാരൻ വീട്ടിലേക്ക് എഴുതി. "ഞാൻ ഉടനെ വീട്ടിലേക്ക് വരുന്നുണ്ട്. കല്ല്യാണം കഴിക്കണം. ഒരു പെൺകുട്ടിയെ കണ്ടുപിടിക്കണം. സാധുവാകണം. കാണാൻ ചന്തമുള്ളതായിരിക്കണം. നല്ല മുടി വേണം. സ്ത്രീധനം കുറഞ്ഞത് അഞ്ചു ലക്ഷമെങ്കിലും കിട്ടണം. കുടുംബം നല്ലതാകണം."

കൊച്ചുമകന്റെ കത്തു വായിച്ചുകഴിഞ്ഞപ്പോൾ അപ്പാപ്പൻ പറഞ്ഞു. "ഇങ്ങനെയുള്ള കുട്ടിയുണ്ടെങ്കിൽ, ഞാൻ തന്നെ കെട്ടാമല്ലോ!"

✸

മോൺസിഞ്ഞോർ ചക്യാമുറി കുമ്പളങ്ങിയിലെത്തിയപ്പോൾ അടുത്ത ബന്ധത്തിലുള്ള ഒരു ചെറുപ്പക്കാരൻ അദ്ദേഹത്തോടു ചോദിച്ചു. "അച്ചോ, എന്നെ ഒന്നു അമേരിക്കയിൽ കൊണ്ടുപോയിക്കൂടെ? വീട് രക്ഷപ്പെടും. ഞാൻ ഗ്രാജുവേറ്റാണ്." ദയ തോന്നിയ മോൺസിഞ്ഞോർ ഈ ചെറുപ്പക്കാരനെ സഹായിക്കാൻ തീരുമാനിച്ചു. പാസ്പോർട്ടിനും വിസയ്ക്കും തുടർന്ന് എയർടിക്കറ്റിനും ആവശ്യമായ സാമ്പത്തിക സഹായം മോൺസിഞ്ഞോർ തന്നെ നല്കി. ചെറുപ്പക്കാരൻ അമേരിക്കയിൽ എത്തിയപ്പാൾ താമസവും ഭക്ഷണവും മോൺസിഞ്ഞോറിന്റെ കൂടെത്തന്നെ. ഒരു പെട്രോൾ പമ്പിൽ പാർട്ട്ടൈം ജോലി സംഘടിപ്പിച്ചു കൊടുത്തു. പഠിക്കാൻ തൊട്ടടുത്ത യൂണിവേഴ്സിറ്റിയിൽ സൗകര്യം ഉണ്ടാക്കി. എല്ലാ ചെലവും മോൺസിഞ്ഞോർ വഹിച്ചു. പക്ഷേ ഒരു കണ്ടീഷൻ. പഠനം കഴിഞ്ഞ് മെച്ചപ്പെട്ട ജോലി ലഭിക്കുമ്പോൾ മോൺസിഞ്ഞോർ ചെലവഴിച്ച മുഴുവൻ തുകയും ഗഡുക്കളായി തിരികെ കൊടുക്കണം. മറ്റുള്ളവരെയും സഹായിക്കണ്ടേ.

കാലം കടന്നു. ചെറുപ്പക്കാരൻ യൂണിവേഴ്സിറ്റിയിൽ നിന്ന് നല്ല നിലയിൽ ജയിച്ചു.

"അച്ചോ, ഇനി ഒരു വിവാഹം കഴിക്കണം. അച്ചൻ തന്നെ ഒരാളെ കണ്ടുപിടിക്കണം." ചെറുപ്പക്കാരൻ മോൺസിഞ്ഞോറെ തന്നെ കല്യാണക്കാര്യവും ഏല്പിച്ചു. മോൺസിഞ്ഞോർ നാട്ടിൽനിന്ന് തന്നെ ഒരു പെൺകുട്ടിയെ കണ്ടുപിടിച്ചു. വിവാഹം നടന്നു. ഇപ്പോൾ

ചെറുപ്പക്കാരനും ഭാര്യയും ഒന്നിച്ച് അമേരിക്കയിലായി. പെൺകുട്ടിക്കും മോൺസിഞ്ഞോർതന്നെ ജോലി കണ്ടുപിടിച്ചുകൊടുത്തു. രണ്ടുപേരും കൂടി പുതിയ ഫ്ളാറ്റിലേക്കുമാറി. പക്ഷേ മോൺസിഞ്ഞോറിൽനിന്നും കടം വാങ്ങിയ തുക നല്കിയില്ല. മോൺസിഞ്ഞോർ ഒരിക്കൽ ഈ കാര്യം സൂചിപ്പിച്ചു. "അച്ചോ, അവൾ ഗർഭിണിയാണ്. ഇനി ചെലവു കൂടുകയല്ലേ. പുതിയ ഒരാൾകൂടി കുടുംബത്തിലേക്കുവരികയല്ലേ?" ഇതായിരുന്നു ചെറുപ്പക്കാരന്റെ മറുപടി.

പിന്നീട് മോൺസിഞ്ഞോർ ചെറുപ്പക്കാരനോട് കടം വാങ്ങിയ തുകയുടെ കാര്യം ഓർമ്മിപ്പിച്ചില്ല. ഇനിയും കൂടുതൽ കടം ചോദിച്ചാലോ?

14

മഹാത്മജിയുടെ കോൺഗ്രസ്സ്

"**മാ**ഷേ നിങ്ങളു ഭയങ്കരന്മാരാ"- കുമ്പളങ്ങി സെന്റ് പീറ്റേഴ്സ് പള്ളിയിലെ ഞായറാഴ്ച കുർബാന കഴിഞ്ഞ് ഇറങ്ങിയപ്പോൾ എന്റെ ഏതാനും സുഹൃത്തുക്കൾ പറഞ്ഞു. "എന്താടോ കാര്യം" ഞാൻ തിരക്കി. "എന്താണ് പ്രതിപക്ഷനേതാവ് ഉമ്മൻചാണ്ടിയും കെ.പി. സി.സി. പ്രസിഡന്റ് രമേശ് ചെന്നിത്തലയും ആക്രോശിച്ചത്. മെർക്കിസ്റ്റൺ തോട്ടം ഇടപാടിൽ സേവി മനോ മാത്യുവിന് കോടികൾ കക്കുവാൻ കൂട്ടുനിന്ന വനം വകുപ്പുമന്ത്രി ബിനോയ് വിശ്വത്തിനെ പുറത്തിറങ്ങാൻ സമ്മതിക്കില്ലെന്ന്. പൊതുപരിപാടികൾ ബഹിഷ്ക്കരിക്കുമെന്ന്. യൂത്ത് കോൺഗ്രസ്സുകാർ അദ്ദേഹത്തിന്റെ കോലം കത്തിച്ചില്ലെ? എന്നിട്ടെന്തുണ്ടായി. കെ.പി.സി.സി നടത്തിയ ഇഫ്ത്താർ പാർട്ടിക്ക് ബിനോയ് വിശ്വത്തിനെ ക്ഷണിച്ചു. കെ.പി.സി.സി. ഓഫീസ്സിൽ എത്തിയപ്പോൾ രമേശ് ചെന്നിത്തല കെട്ടിപ്പിടിച്ച് ആലിംഗനം ചെയ്തു. രണ്ടുപേരും കൂടിയുള്ള ചിരി എന്തായിരുന്നു. മാഷേ എന്തിനാ ജനങ്ങളെ ഇങ്ങനെ കബളിപ്പിക്കുന്നത്" കുമ്പളങ്ങിക്കാർ എന്നോട് ചോദിച്ചു.

"എടോ രാഷ്ട്രീയം വേറെ. പെരുന്നാളുവേറെ. മാത്രമല്ല കോൺഗ്രസ്സ് മഹാത്മജിയുടെ പാർട്ടിയല്ലെ? ആരെയും വെറുക്കാൻ പാടില്ലല്ലോ?

നമ്മുക്ക് വ്യക്തിപരമായ വെറുപ്പ് ബിനോയ് വിശ്വത്തിനോടില്ലല്ലോ? സേവി മനോ മാത്യുവിനെ വഴിവിട്ട് സഹായിച്ചതിനല്ലെ എതിർപ്പ്?" മുഖത്ത് ഒരു ചമ്മലോടെ ഞാൻ കെ.പി.സി.സിക്ക് പിന്തുണ നല്കി.

15

കുമ്പളങ്ങി വേഷവിധാനം

ഞാൻ അഞ്ചാം ക്ലാസ്സിൽ പഠിക്കുമ്പോഴാണ് എന്റെ മൂത്ത ജേഷ്ഠൻ ജോസഫ് കുറുപ്പശ്ശേരിയുടെ വിവാഹം. അന്ന് ജേഷ്ഠൻ തൃശ്ശൂർ പകൽക്കുറി ഗവൺമെന്റ് ഹൈസ്കൂളിലെ അദ്ധ്യാപകൻ. തൃശ്ശൂരു നിന്നും ജേഷ്ഠൻ വരുമ്പോൾ വാങ്ങിക്കൊണ്ടുവന്ന രണ്ട് ക്യാൻവാസ് ഷൂസുകളിട്ടാണ് ഞാനും അനുജൻ പീറ്ററും കല്ല്യാണത്തിന് മട്ടാഞ്ചേരിയിലെ നസ്രത്തുപള്ളിയിൽ പോയത്. കറുത്തനിക്കറും വെള്ളഷർട്ടും വേഷം. ഞങ്ങൾക്ക് വലിയ ഗമ തോന്നിയ ദിവസമായിരുന്നു അത്. കാരണം കുമ്പളങ്ങിയിൽ ഞങ്ങളുടെ പ്രായത്തിലുള്ള ആർക്കും അന്ന്

ഈ വേഷം ഇല്ലായിരുന്നു. പത്താം ക്ലാസ്സിൽ പഠിക്കുമ്പോഴും പിന്നീട് തേവര കോളേജിൽ പ്രീയൂണിവേഴ്സ്റ്റിക്ക് ചേർന്നപ്പോഴും കാലിൽ ചെരുപ്പിട്ടിരുന്നില്ല. എന്റെ വീട്ടിൽ നിന്ന് സെന്റ് പീറ്റേഴ്സ് സ്കൂളിലും ഞായറാഴ്ച പള്ളിയിലും പോകുന്നത് നഗ്നപാദനായിട്ടായിരുന്നു. നല്ല വെള്ളമണ്ണ്. നടക്കാൻ സുഖം. പിന്നീടല്ലെ കൽപ്പാതയും ടാറിട്ട റോഡും വന്നത്!

കോളേജിൽ പ്രീയൂണിവേഴ്സ്റ്റിക്കു ചേർന്നതിനുശേഷം എന്റെ വേഷവിധാനത്തിന് മാറ്റമുണ്ടായി. നിക്കർമാറി ഒറ്റമുണ്ടായി. മുണ്ടി നടിയിൽ 'അണ്ടർവെയർ' ഇട്ടതിന്റെ പ്രാധാന്യം എന്താണെന്നു ചോദിച്ചേക്കാം. സ്കൂളിലും, പിന്നീട് തേവര കോളേജിലും നിക്കർ ഇട്ടുചെല്ലുമ്പോൾ അടിവസ്ത്രം ഇട്ടിരുന്നില്ല. തേവരയിലെ 'അച്ചന്മാ രാണ്' 'ഷഡിയോ' 'അണ്ടർവെയറോ' ഇടണം എന്ന് ഉപദേശിച്ചത്. സ്കൂളിൽ പഠിക്കുമ്പോൾ വള്ളിക്കളസമായിരുന്നു. കോളേജിൽ ഡിഗ്രിക്കുപഠിക്കുമ്പോൾ ഒറ്റമുണ്ട്. പിന്നീട് 'ഡബിൾ' ആയി. എം.എ സ്സിക്കുപഠിക്കുമ്പോഴാണ് പാന്റ്സും, ഷർട്ടും, ഷൂസ്സും, ടൈയും ധരി ക്കാൻ തുടങ്ങിയത്. എന്റെ കല്ല്യാണത്തിനാണ് ആദ്യമായി കറുത്ത കോട്ടിട്ടത്. പിന്നീട് എം.പി.യായപ്പോൾ നെഹ്റുകോട്ടും ത്രീപീസ്സും

പൈജാമായും ഒക്കെ ഞാൻ ധരിച്ചു. എന്റെ അപ്പനും അമ്മയും മരിക്കുന്നതുവരെ ചെരിപ്പിട്ടിട്ടില്ല. അപ്പന്റെ അനുജൻ ലോനച്ചൻ കൊച്ചാപ്പൻ പെരുമ്പടപ്പ് കോണത്ത് പ്രധാനാദ്ധ്യാപകനാണ്. കുമ്പളങ്ങിയിൽ നിന്ന് കോണം വരെ കാഞ്ഞിരമരം കൊണ്ടുണ്ടാക്കിയ മെതിയടിയിലാണ് അദ്ദേഹം നടന്നിരുന്നത്. 'കട', 'കട' എന്ന ശബ്ദത്തോടുകൂടിയ നടപ്പ് കാണാൻ ഒരു ഭംഗിതന്നെയാണ്.

അപ്പൻ പള്ളിയിലും കുമ്പളങ്ങിക്ക് പുറത്ത് യാത്രചെയ്യുമ്പോഴും മാത്രമാണ് ഷർട്ട് ഇട്ടിരുന്നത്. അതും കോളറില്ലാത്ത അരക്കയ്യൻ ഷർട്ട്. ബാക്കി സമയത്തെല്ലാം കൈലി ഉടുക്കും. അമ്മയുടെ വേഷം ചട്ടയും വിശറിപോലെ തെറുത്തുണ്ടാക്കിയ മുണ്ടും. എന്റെ ഭാര്യ ഷേർളി കല്ല്യാണത്തിനുശേഷം വീട്ടിൽ വന്നപ്പോൾ ഒരു ജോഡി ചട്ടയും വിശറിമുണ്ടും അമ്മ തയ്യാറാക്കി വച്ചിരുന്നു.

കുമ്പളങ്ങിക്കാരുടെ വേഷവിധാനങ്ങൾ ഇപ്പോഴും എന്റെ മനസ്സിൽ തങ്ങിനില്ക്കുന്നു.

16
കുമ്പളങ്ങിപ്പേരുകൾ

കുമ്പളങ്ങിയിൽ ചിരപരിചയമുള്ള ചിലപേരുകളാണ്. അലക്സാണ്ടർ, ജോസഫ്, തോമസ്, പീറ്റർ, സേവ്യർ, നാരായണൻ, വാസുദേവൻ, കൃഷ്ണൻ, മേരി, പാർവ്വതി, ഗംഗ എന്നിവ. എന്താണിതിനു കാരണം എന്ന് ഞാൻ പലപ്പോഴും ചിന്തിക്കാറുണ്ട്.

അലക്സാണ്ടർ എടേഴത്ത് പിതാവ് കൊച്ചിരൂപതയിലെ ആദ്യ തദ്ദേശ മെത്രാനാണ്. അലക്സാണ്ടർ പറമ്പിത്തറ കുമ്പളങ്ങി സെന്റ് പീറ്റേഴ്സ് ഹൈസ്കൂൾ പ്രധാന അദ്ധ്യാപകനും കേരളനിയമസഭ സ്പീക്കറുമായിരുന്നു. അലക്സാണ്ടർ വാകയിൽ കുമ്പളങ്ങി സെന്റ് പീറ്റേഴ്സ് ഹൈസ്കൂൾ അദ്ധ്യാപകനും തിരു കൊച്ചി എം. എൽ.എയുമായിരുന്നു. അലക്സാണ്ടർ തെരുവിപറമ്പിൽ കുമ്പളങ്ങി ഗ്രാമ പഞ്ചായത്തു പ്രസിഡന്റായിരുന്നു. ഇങ്ങനെ നൂറുകണക്കിന് അലക്സാണ്ടർമാർ.

എന്താ ഈ അലക്സാണ്ടർ പ്രേമം. ലോകം മുഴുവൻ വെട്ടിപ്പിടിക്കാൻ ഇറങ്ങിയ 'അലക്സാണ്ടർ ദി ഗ്രെയ്റ്റി'നോടുള്ള സ്നേഹം തന്നെ.

കുമ്പളങ്ങി മരപ്പണിക്കാരുടെയും കൽപ്പണിക്കാരുടെയും ഗ്രാമമാണ്. അതുകൊണ്ട് തച്ചനായ വിശുദ്ധ ഔസേപ്പിനോടുള്ള ഭക്തി അപാരമാണ്. പലരും ഔസേപ്പും ജോസഫും ജൂസൈയും കൊച്ചു ജൂസൈയും ആയി.

കുമ്പളങ്ങി ലത്തീൻ സമുദായത്തിന്റെ ശക്തികേന്ദ്രം. എട്ടുപള്ളികൾ, രണ്ടു ഹൈസ്കൂളുകൾ, നാലു കന്യാസ്ത്രീ മഠങ്ങൾ. യേശു തന്റെ പള്ളി സ്ഥാപിച്ചത് പത്രോസാകുന്ന പാറയിൽ. പത്രോസ്സിനെ മറക്കാൻ കഴിയുമോ. പത്രോസ്സ് പീറ്ററായി. കേരള അഗ്രികൾച്ചറൽ യൂണിവേഴ്സിറ്റി വൈസ് ചാൻസലർ മുതൽ പീറ്റർമാർ ഗ്രാമത്തിൽ ധാരാളം.

കേരളത്തിന്റെ കടൽത്തീരങ്ങളിലൂടെ സഞ്ചരിച്ച് ക്രൈസ്തവ സഭയെ ശക്തിപ്പെടുത്തിയ വിശുദ്ധ സേവ്യറിനെ കുമ്പളങ്ങിക്കാർക്ക് വിസ്മരിക്കാനാവില്ല. അതുകൊണ്ട് സേവ്യർ, ശൗരി, ശൗര്യാൽ തുടങ്ങിയ പേരുകൾ പലർക്കും ജ്ഞാനസ്നാനത്തോടൊപ്പം ലഭിച്ചു.

ശ്രീനാരായണഗുരു രണ്ടുപ്രാവശ്യം ദർശനം നല്കിയ കുമ്പളങ്ങി. ഗുരുവിന്റെ നേതൃത്വത്തിൽ മിശ്രഭോജനം നടത്തിയ ഗ്രാമം. സ്വാഭാവികമായും നാരായണനാമക്കാർ ധാരാളം. പ്രസിദ്ധ പത്രപ്രവർത്തകൻ

സത്യവ്രതന്റെ അച്ചൻ നെടുങ്ങയിൽ നാരായണൻ അടക്കം ധാരാളം നാരായണീയർ.

വാസുദേവൻ - കംസനെ കൊന്ന കൃഷ്ണന്റെ അച്ഛൻ. അധർമ്മം ഞങ്ങൾ കുമ്പളങ്ങിക്കാർ പൊറുക്കില്ല. കംസനെ ഹിംസിച്ച കൃഷ്ണ ഭഗവാന്റെ പിതാവ് വാസുദേവൻ ഞങ്ങളുടെ ഇഷ്ടനാമം. പിതാവിനെ ഇത്രയധികം സ്നേഹിക്കുമ്പോൾ യഥാർത്ഥ കൃഷ്ണനെ മറക്കാൻ കഴിയുമോ? കൃഷ്ണൻമാരും ഒത്തിരി.

ഞങ്ങൾ പൊതുവെ വിശുദ്ധ മറിയത്തിന്റെ ഭക്തരാണ്. മേയ്മാസം മരിയഭക്തിമാസമാണ്. പടക്കം പൊട്ടിച്ചും, പാച്ചോറ് കഴിച്ചും ഞങ്ങൾ കേമമായി ആഘോഷിക്കുന്നമാസം. അതുകൊണ്ട്, മേരി, മറിയം തുടങ്ങിയ പേരുകൾ ധാരാളം.

പാർവ്വതി ഞങ്ങളുടെ സ്വന്തമാണ്. ശിവന്റെ സുന്ദരിയായ ഭാര്യ. ആരേയും വശ്യമാക്കുന്ന ചിരിയും പെരുമാറ്റവും. അതുകൊണ്ട് ഗ്രാമത്തിലും ധാരാളം പാർവ്വതിമാർ.

ഗംഗ നമ്മുടെ ദേശീയനദി. പാപം കുഴുകിക്കളയുന്ന ജലപ്രവാഹം. ഞങ്ങൾ കുമ്പളങ്ങിക്കാരും ഈശ്വരഭക്തരാണ്. അന്തിമനിമിഷങ്ങളിൽ ഒരുതുള്ളി ഗംഗാജലം കുടിച്ചാൽ വലിയ പുണ്യം തന്നെ. അപ്പോൾ ഗ്രാമത്തിൽ ധാരാളം ഗംഗമാരുണ്ടാകുന്നതും സ്വാഭാവികം.

നെപ്പോളിയൻ, മുഹമ്മദ്, ലെനിൻ തുടങ്ങിയ പേരുകളും ഗ്രാമത്തിൽ ധാരാളമുണ്ട്. മുസ്സോളിനിയും ഹിറ്റ്ലറും കുമ്പളങ്ങിയിലുണ്ട് - പട്ടികളാണെന്നു മാത്രം.

17

കുടിയന്മാർ ഭർത്താക്കന്മാർ

ടൂറിസം മാതൃകാഗ്രാമം എന്നനിലയിൽ കുമ്പളങ്ങി ലോകം മുഴുവൻ അറിയപ്പെടുന്നു. ഇതിനേക്കാൾ അഭിമാനവും സന്തോഷവും കുമ്പളങ്ങിക്കാർക്ക് എന്തുണ്ടാകാനാണ്. കൂട്ടത്തിൽ യുണൈറ്റഡ് നേഷൻസ് ഡവലപ്പ്മെന്റ് പ്രോഗ്രാമിൽ ഉൾപ്പെടുത്തപ്പെട്ട ഇന്ത്യയിലെ 36 ഗ്രാമങ്ങളിൽ

ഒന്ന് കുമ്പളങ്ങി. 'ഇൻക്രെഡിബിൾ ഇന്ത്യാ കാംപെയിനിൽ' ഇന്ത്യയിൽ തെരഞ്ഞെടുക്കപ്പെട്ട 15 ഗ്രാമങ്ങളിലും കുമ്പളങ്ങി. ഇങ്ങനെ വളരെ സന്തോഷത്തോടെ കുമ്പളങ്ങിക്കാർ കഴിയുമ്പോഴാണ് 2007 നവംബർ 6 മുതൽ ഒരാഴ്ചക്കാലം 'യു എൻ ഡി പി'യുടെയും 'ഇൻക്രഡിബിൾ ഇന്ത്യയുടെ നേതൃത്വത്തിൽ ഡൽഹിയിൽ ഒരു ടൂറിസ്സം മേളയും പ്രദർശനവും നടക്കുന്നത്. പതിനേഴു കുമ്പളങ്ങിക്കാർക്ക് ഡൽഹി കാണാനുള്ള സുവർണ്ണാവസരം. യാത്ര 'രാജധാനി'യിൽ ഡൽഹിക്ക്. തിരിച്ച് ഫ്ളൈറ്റിൽ കൊച്ചിക്ക്. ഡൽഹിയിലെ ഫൈവ് സ്റ്റാർ ഹോട്ടൽ 'അശോകയിൽ' താമസം. എന്നാൽ ഈ സെലക്ഷനിൽ 12 പേരും സ്ത്രീകളായിരിക്കും; കൈകൊട്ടിക്കളിയും തിരുവാതിര കളിയും നടത്തുന്നവർ. ബാക്കി അഞ്ചുപേർ പഞ്ചായത്തിന്റെ പ്രതിനിധികൾ. സ്ത്രീകളെല്ലാം വീട്ടിൽ പോയി ഭർത്താക്കന്മാരോട് ശുപാർശ നടത്തി. പക്ഷേ ഭർത്താക്കന്മാർക്ക് ഉടനടി തീരുമാനമെടുക്കാൻ കഴിയുമോ. ഭാര്യമാരെ ഡൽഹിക്കയക്കേണ്ട കാര്യമല്ലേ. അവർ തനിച്ചും കൂട്ടമായും സ്മാളടിച്ച് ആലോചിച്ചു. അതിനുള്ള ചെലവ് ഭാര്യമാർ സസന്തോഷം നിർവ്വഹിച്ചു. പക്ഷേ ഭർത്താക്കന്മാർ തീരുമാനം എടുത്തു

കഴിഞ്ഞപ്പോൾ ആഴ്ച മൂന്ന്. അപ്പോൾ ഡൽഹിയിൽ നിന്ന് സന്ദേശം വന്നു, ഇനി കൈകൊട്ടിക്കളിക്കാരും, തിരുവാതിര കളിക്കാരും വരേണ്ട. സമയം കഴിഞ്ഞു. അഞ്ച് പഞ്ചായത്ത് പ്രതിനിധികൾക്കു മാത്രം വരാം. “ഈ കുടിയന്മാര് നന്നാകുകയില്ല” ഭാര്യമാർ ഭർത്താക്കന്മാരെ ഒന്നടച്ച് ആക്ഷേപിച്ചു.

✸

കുമ്പളങ്ങിയിലെ യുവതികൾ കല്ല്യാണം കഴിഞ്ഞാലും തങ്ങളുടെ വ്യക്തിത്വം നിലനിർത്തുന്നതിൽ പ്രത്യേകം നിർബന്ധം ഉള്ളവരാണ്. കല്ല്യാണം കഴിയുമ്പോൾ സ്വന്തം പിതാവിന്റെ പേരു മാറ്റി ഭർത്താവിന്റെ പേരു ചേർക്കാറില്ല. ഈ പ്രശ്നത്തിൽ ഭർത്താക്കന്മാർ വഴക്കിട്ടിട്ടും കാര്യമില്ല.

18

കുമ്പളങ്ങിക്കാരും കോടതിയും

കുമ്പളങ്ങി കായൽ മുഴുവൻ ചീനവലയിട്ടിരിക്കുന്നു. കണ്ണമാലി, ഇടക്കൊച്ചി, പെരുമ്പടപ്പ് തുടങ്ങിയ സ്ഥലങ്ങളിലെ മത്സ്യതൊഴിലാളികൾക്ക് വഞ്ചിയിൽ പോലും യാത്ര ചെയ്യാൻ വയ്യ. അവർ ഹൈക്കോടതിയിൽ പരാതി നൽകി. അനധികൃത വലകൾ പൊളിച്ചുമാറ്റാൻ കോടതി ഉത്തരവിട്ടു. ഫിഷറീസ്സ് ഉദ്യോഗസ്ഥന്മാർ ആദ്യം ഒരു സമാധാന യോഗം കുമ്പളങ്ങി പഞ്ചായത്ത് ഓഫീസ്സിൽ വിളിച്ചുകൂട്ടി. പഞ്ചായത്ത് പ്രസിഡന്റ് ശിവദത്തൻ അദ്ധ്യക്ഷൻ. ഹൈക്കോടതി വിധിയാണ്; നടപ്പിലാക്കിയേ പറ്റൂ; കുമ്പളങ്ങിപ്പുഴ നിറയെ ചീനവലയിടുന്നതു മൂലം അയൽഗ്രാമങ്ങളിലെ മത്സ്യതൊഴിലാളികൾക്ക് വഞ്ചിയിൽ യാത്ര ചെയ്യാൻ പോലും കഴിയുന്നില്ല; ഇത്രയും കാര്യങ്ങൾ ഫിഷറീസ്സ് ഉദ്യോഗസ്ഥന്മാർ കുമ്പളങ്ങിയിലെ മത്സ്യത്തൊഴിലാളികളെ അറിയിച്ചു.

“സാറെ, ഇതൊന്നും ഞങ്ങൾക്ക് ബാധകമല്ല. കുമ്പളങ്ങിപ്പുഴ കുമ്പളങ്ങിക്കാർക്ക്. കണ്ണമാലിക്കാരും പെരുമ്പടപ്പുകാരും ഇടക്കൊച്ചിക്കാരും

കുമ്പളങ്ങി വർണ്ണങ്ങൾ

അവരവരുടെ പുഴയിൽ വലക്കെട്ടണം" കുമ്പളങ്ങി മത്സ്യതൊഴിലാളികളുടെ നേതാവ് നെപ്പോളിയൻ ശക്തമായി മേശപ്പുറത്തടിച്ച് വാദിച്ചു. ചർച്ച പൊളിഞ്ഞു. പിറ്റേ ദിവസം പോലീസ്സ് സഹായത്തോടെ ചീന വലകൾ പൊളിച്ചുമാറ്റാൻ ഫിഷറീസ്സ് ഉദ്യോഗസ്ഥന്മാർ കുമ്പളങ്ങിപ്പുഴയിൽ എത്തി. അവരെ തടഞ്ഞ സോളമന്റെ നേതൃത്വത്തിലുള്ള കുമ്പളങ്ങി മത്സ്യത്തൊഴിലാളികളെ പോലീസ് അറസ്റ്റുചെയ്തുമാറ്റി. മുഴുവൻ വലകളും പൊളിച്ചു. പോലീസ്സിന്റെയും ഫിഷറീസ്സ് ഉദ്യോഗസ്ഥരുടെയും ഔദ്യോഗിക കൃത്യനിർവ്വഹണത്തിന് തടസ്സമുണ്ടാക്കിയതിന് പോലീസ് കേസ്സെടുത്തു. കുമ്പളങ്ങിക്കാരെ കോടതിയിൽ ഹാജരാക്കി. കോടതി എല്ലാവരേയും ജാമ്യത്തിൽ വിട്ടു. പിന്നീട് കുമ്പളങ്ങി, കണ്ണമാലി, പെരുമ്പടപ്പ്, ഇടക്കൊച്ചി എന്നീ സ്ഥലങ്ങളിലെ മത്സ്യതൊഴിലാളി സംഘടനാ നേതാക്കൾ ഒന്നിച്ചുകൂടി പരസ്പരധാരണയിൽ പ്രശ്നം ഒത്തുതീർപ്പിലായി. മറ്റുള്ളവർക്ക് വലിയതടസ്സം സൃഷ്ടിക്കാത്ത വിധത്തിൽ കുറച്ച് ചീനവലകൾ കരക്കുസമീപം ഇടാൻ കുമ്പളങ്ങിക്കാർക്ക് അവസരം നല്കി. കാര്യം ശുഭം. പക്ഷേ, പ്രശ്നം തുടങ്ങിയതേയുള്ളു. ഒരുവർഷം കഴിഞ്ഞപ്പോൾ തോപ്പുംപടി കോടതിയിൽ നിന്നും നേതാവ് സോളമൻ ഉൾപ്പെടെ മുപ്പതു പേർക്കെതിരെ നോട്ടീസ്

വന്നു. പിന്നെ കോടതി കയറിയിറക്കം തന്നെ. കേസ് തുടരെ തുടരെ മാറ്റി. പക്ഷേ കോടതിയിൽ ചെല്ലാതിരിക്കാൻ പറ്റുമോ. ജോലിക്കു പോകാനും പറ്റാതായി. വലിയ പൊല്ലാപ്പ്. അവസാനം കോടതി വിളിപ്പിച്ച ഒരു ദിവസം നേതാവ് നെപ്പോളിയൻ കോടതിയിൽ പരസ്യമായി വിളിച്ചുപറഞ്ഞു "ബഹുമാനപ്പെട്ട കോടതി. ഞങ്ങൾ പാവപ്പെട്ട കുമ്പളങ്ങിയിലെ മത്സ്യത്തൊഴിലാളികളാണ്. മാസങ്ങളായി കോടതി കയറി ഇറങ്ങുന്നു. അമ്പതോളം ആളുകൾക്ക് ജോലിക്കുപോകാനും പറ്റുന്നില്ല. കുമ്പളങ്ങിയിലെ ചീനവലപ്രശ്നം ഞങ്ങൾ എല്ലാവരും കൂടി ഒത്തുതീർത്തു. ഞങ്ങളെ വെറുതെവിടണം" ജഡ്ജിയും കോടതിയിൽ ഹാജരായിരുന്ന വക്കീലന്മാരും കക്ഷികളും എല്ലാവരും സ്തംഭിച്ചു പോയി. പരസ്യമായി ഇങ്ങനെ ഒരപേക്ഷയോ?

"ഇതു കോടതിയാണെന്ന് നിങ്ങൾക്കറിയില്ലേ? നിങ്ങളുടെ വക്കീൽ മുഖാന്തിരം നിയമാനുസൃതം അപേക്ഷ സമർപ്പിക്കൂ. അപ്പോൾ പരിഗണിക്കാം" കോടതി മത്സ്യത്തൊഴിലാളി നേതാവിനെ അറിയിച്ചു "മതിയേ!" നേതാവിന്റെ തലകുനിച്ചുള്ള മറുപടികേട്ട് കോടതി ചിരിച്ചു.

19
പിശുക്കന്മാരായ കുമ്പളങ്ങിക്കാർ

ഞങ്ങൾ കുമ്പളങ്ങിക്കാർ എല്ലാ കാര്യത്തിലും അതീവശ്രദ്ധയുള്ളവരാണ്. ചിലരിത് പിശുക്കായി കാണാറുണ്ട്. എന്നാൽ പൈസയുടെ വില ഞങ്ങൾക്ക് നന്നായി അറിയാം. ദുർചെലവ് പാടില്ല. സമ്പത്തു കാലത്ത് തൈ പത്തു വെച്ചാൽ ആപത്തു കാലത്ത് കാ പത്തുതിന്നാം. ഇതാണ് ഞങ്ങളുടെ മതം.

അന്നൊക്കെ, കത്തുകൾ അധികവും വരുന്നത് 'കവറിലാണ്.' 'കവർ' കിട്ടിയാൽ അതിൽ ഒട്ടിച്ചിട്ടുള്ള സ്റ്റാമ്പ് വെള്ളം നനച്ച് പൊളിച്ചെടുത്ത് സൂക്ഷിക്കും. പിന്നീട് സ്റ്റാമ്പ് ആൽബമാക്കും. കവറും അതു പോലെ തന്നെ വെള്ളം നനച്ച് നാലുവശവും സൂക്ഷിച്ച് പൊളിച്ചെടുത്ത്, മറിച്ച് ഒട്ടിച്ച് മറ്റൊരു കവറാക്കും. അങ്ങനെ അയക്കുന്ന കവർ

വീണ്ടും തിരിച്ചു വരുമ്പോൾ, കവറിന്റെ മുകളിൽ ഒരു വെള്ളക്കടലാസ്സ് ഒട്ടിച്ച് മേൽവിലാസം എഴുതി അയക്കും. ഇങ്ങനെ ഒരു കവർ തന്നെ പലപ്രാവശ്യം ഉപയോഗിക്കും. എങ്ങനെയുണ്ട് ഞങ്ങളുടെ ബുദ്ധി.

ഷർട്ടിടുമ്പോഴും ഞങ്ങൾ വളരെ ശ്രദ്ധിക്കും. സാധാരണ ഷർട്ടിന്റെ കോളറിലാണല്ലോ അഴുക്കുപുരളുക. അവിടെ ഒരു തൂവാല (കർച്ചീഫ് - തൂവാല എന്ന കുമ്പളങ്ങി പരിഭാഷ) മടക്കിവെക്കും. കോളർ എണ്ണയും വിയർപ്പും പിടിക്കാതെ ഇരിക്കും.

അതുപോലെ തന്നെ ഷർട്ടിന് ഇളക്കി മാറ്റുന്ന ബട്ടനാണ് ഉപയോഗിക്കുന്നത്. അതുകൊണ്ട് ഷർട്ട് അലക്കുവാൻ എടുക്കുമ്പോൾ, ബട്ടണുകൾ ഊരിയെടുക്കാം. എന്റെ അപ്പൻ ഉപയോഗിച്ചിരുന്നത് സ്വർണ്ണ ചെയിനിൽ ഘടിപ്പിച്ച കുടുക്കകളായിരുന്നു. ഇപ്പോഴത്തെ ഷർട്ടുകളിൽ ഒരു ഭാഗത്ത് തുന്നിപ്പിടിപ്പിച്ച ബട്ടനുകളാണ്. അതുകൊണ്ട് അലക്കുമ്പോൾ, പ്രത്യേകിച്ച് വാഷിങ്ങ് മെഷീൻ ഉപയോഗിക്കുമ്പോൾ പൊട്ടിപ്പോകും.

ഇപ്പോൾ ഹോട്ടലുകളിൽ ചെയ്യുന്നത് രാത്രി ബാക്കിയുള്ള ചോറ്, രാവിലെ ആട്ടി ഇഡ്ഡലി ആക്കും. ഇഡ്ഡലി ബാക്കി വരുന്നത് വൈകുന്നേരം ദോശയാക്കും. എന്നാൽ ഞങ്ങൾ കുമ്പളങ്ങിക്കാർ രാത്രി ചോറ്

ബാക്കി വന്നാൽ കുറച്ച് വെള്ളം ഒഴിച്ച് ഉള്ളി പൊട്ടിച്ച് മൺകലത്തിൽ സൂക്ഷിക്കും. രാവിലെ പഴങ്കഞ്ഞിയായി ഉപയോഗിക്കും. അല്പം തൈരും കാന്താരിമുളക് പൊട്ടിച്ചതും കൂട്ടി ഒന്നു ഇളക്കി കഴിച്ചാൽ പഴങ്കഞ്ഞി ഗംഭീരമാകും.

ചക്കയുടെയും മാങ്ങയുടെയും കാലത്ത് ചക്കക്കുരുവും മാങ്ങാ യണ്ടിയും അടുക്കളയിൽ ഒരുമൂലക്ക് സൂക്ഷിച്ചുവെക്കും. പഞ്ഞക്കർക്കിട കത്തിൽ ചക്കക്കുരു പുഴുങ്ങിക്കഴിക്കും. മാങ്ങാ അണ്ടിപിളർന്ന് അതിന്റെ നൂറെടുത്ത് അപ്പമുണ്ടാക്കും. അതുപോലെ തന്നെ മാങ്ങയുടെ കാലത്ത് ഉപ്പുമാങ്ങയിട്ട് ഭരണിയിൽ സൂക്ഷിക്കും. മാങ്ങാത്തെരണ്ടി യുണ്ടാക്കും.

ധാരാളം മീൻ കിട്ടുമ്പോൾ ഉപ്പിട്ട് ഉണക്കിസൂക്ഷിക്കും. കല്ല്യാണ ത്തിനും മറ്റും പപ്പടം അധികമായാൽ ചെറിയകഷണങ്ങളാക്കി മുളകു ചേർത്ത് വറുത്ത് കുപ്പിയിലാക്കി സൂക്ഷിക്കും.

പല്ലുതേക്കുന്നത് പേസ്റ്റും ബ്രഷും കൊണ്ടല്ല, നല്ല ഉമിക്കരി. നാക്കു വടിക്കാൻ തെങ്ങോലയുടെ രണ്ടായി പിളർന്ന ഈർക്കിലി. ക്ലോറിന്റെ മണമുള്ള പൈപ്പുവെള്ളത്തിനു പകരം നല്ല തണുപ്പുള്ള കുളത്തിലെ വെള്ളം. ഷവറിലെ കുളിക്കുപകരം കുളത്തിലേയും കായലിലേയും നീന്തിക്കുളി. അതൊരു കാലം; ഇതൊരുകാലം.

✸

ഞങ്ങൾ കുമ്പളങ്ങിക്കാർ ഒന്നും പാഴാക്കാറില്ല. എല്ലാം സൂക്ഷിച്ച് വച്ച്, ആവശ്യസമയത്ത് ഉപയോഗിക്കും. സാധനങ്ങൾ പൊതിഞ്ഞു വരുന്ന പത്രകടലാസുകഷണങ്ങൾ നിവർത്തി കെട്ടിവയ്ക്കും. ചാക്കു നൂലുകൾ ചുറ്റി വെക്കും. പഴന്തുണികഷണങ്ങൾ ഉണക്കി കെട്ടിവെക്കും. എല്ലാത്തിനും ഏതെങ്കിലും സമയത്ത് ഉപയോഗമുണ്ടാകും

ചെരുപ്പ് എത്ര പഴകിയാലും ഞങ്ങൾ വലിച്ചെറിഞ്ഞ് കളയില്ല. റിപ്പയർ ചെയ്ത് പരമാവധി ഉപയോഗിക്കും. പുതിയചെരുപ്പിട്ട് പള്ളി യിലോ, അമ്പലത്തിലോ, കല്ല്യാണത്തിനോ, മരണത്തിനോ പോകില്ല. കാരണം ഇവിടെയെല്ലാം ചെരുപ്പ് പുറത്തു വച്ച് അകത്തുകയറി തിരികെ വരുമ്പോൾ നഷ്ടപ്പെട്ടിരിക്കും. ഏറ്റവും കൂടുതൽ ചെരുപ്പ് നഷ്ടപ്പെടു ന്നത് പള്ളിയിൽ ഞായറാഴ്ച്ച നടക്കുന്ന കുർബ്ബാന സമയത്താണ്.

കുർബ്ബാന കഴിഞ്ഞ് പുറത്തുവരുമ്പോൾ പുതിയ ചെരുപ്പ് ഉണ്ടാവില്ല. ചില ആളുകൾ ഞായറാഴ്ച്ച പള്ളിയിൽ വരുന്നത് തന്നെ പുതിയ ചെരുപ്പ് തട്ടാനാണ്. പക്ഷേ ഞങ്ങൾ കുമ്പളങ്ങിക്കാരെ മാത്രം പറ്റിക്കാൻ ആർക്കുംപറ്റില്ല. ഞങ്ങളുടെ ചെരുപ്പെടുക്കുന്നവർ പരമദരിദ്രവാസിയായിരിക്കും.

20

ആദ്യഫലം

ഞങ്ങൾ കുമ്പളങ്ങി ക്രിസ്ത്യാനികൾ തികച്ചും ദൈവഭയം ഉള്ളവരായിരുന്നു. ആദിമക്രിസ്ത്യാനികളെപ്പോലെ ആദ്യഫലം ദൈവത്തിനുള്ളതാണ്. തെങ്ങിൽ ആദ്യം കായ്ക്കുന്ന കുല ഞായറാഴ്ച പള്ളിയിൽ കൊണ്ടുവന്ന് ലേലം ചെയ്യും. വാഴത്തോട്ടത്തിലെ ആദ്യവാഴക്കുലയും ഇതുപോലെ ഞായറാഴ്ച പള്ളിയിൽ ലേലം വിളിക്കും. കമുങ്ങിലെ ആദ്യകുലയും പള്ളിക്കുതന്നെ. ആദ്യം പൂക്കുന്ന മാവിലെ മാങ്ങയും ദൈവത്തിന്. പശുവും ആടും പ്രസവിച്ചാൽ ആദ്യം കറക്കുന്ന പാലും

പള്ളിക്ക് ആദ്യം വലവീശിക്കിട്ടുന്ന മീനും പള്ളിക്കുതന്നെ. വീട്ടിൽ ആദ്യം ഗർഭിണിയാകുമ്പോൾ അമ്മായിയമ്മ പ്രാർത്ഥിക്കും, ആൺകുട്ടിയെങ്കിൽ പള്ളീലച്ചൻ, പെൺകുട്ടിയെങ്കിൽ കന്യാസ്ത്രീ.

21

പത്തായവും നാട്ടുപ്രമാണിയും

ഞങ്ങളുടെ നാട്ടിൽ ഒരു ക്രിസ്ത്യാനി കരപ്രമാണിയുണ്ടായിരുന്നു. നാട്ടിലെ തല്ലുകേസുകളും അതിർത്തിത്തർക്കങ്ങളും തീർക്കുന്നത് ഇദ്ദേഹമാണ്. പുലയർക്കും പാവപ്പെട്ട ഈഴവർക്കും മത്സ്യത്തൊഴിലാളികൾക്കും ഇയാളെ ഭയമാണ്. കാരണം, പോലീസ് സ്വാധീനം ഈ പ്രമാണിക്കായിരുന്നു. ബീറ്റ് പോലീസ്സുകാർ ഒപ്പിടുന്നത് ഇയാളുടെ വീട്ടിലാണ്. സ്ഥലം എസ്സ്.ഐക്ക് എല്ലാ സൗകര്യങ്ങളും ചെയ്തുകൊടുക്കുന്നതും പ്രമാണിതന്നെ. ഇയാളൊരു സ്ത്രീലമ്പടനായിരുന്നു. പക്ഷേ പേടിച്ച് ആരും ഒന്നും പറയുകയില്ല. ഒരിക്കൽ ഇയാൾ കുടുംബനാഥനില്ലാത്ത സമയം നോക്കി മറ്റൊരു വീട്ടിലെത്തി. വീട്ടുകാരിയുമായി ഇയാൾക്ക് രഹസ്യബന്ധം ഉണ്ടായിരുന്നു. പുറത്തുപോയ ഗൃഹ

നാഥൻ പെട്ടെന്നാണ് വന്നത്. വെപ്രാളത്തിലായ വീട്ടുകാരി നാട്ടു പ്രമാണിയെ നെല്ലിട്ടിരിക്കുന്ന പത്തായത്തിൽ ഒളിപ്പിച്ചു. വീട്ടുകാരൻ ഭാര്യയുടെ രഹസ്യബന്ധം അറിഞ്ഞുകൊണ്ടുതന്നെയായിരുന്നു വന്നത്. കുറച്ചു ചുമട്ടുകാരെയും കുടെ കൂട്ടിയിരുന്നു. ചുമട്ടുകാരെ കൊണ്ട് പത്തായം ചുമന്ന് പള്ളിനടയിലെത്തിച്ചു. കൂട്ടമണിയടിച്ചു. ജനം ഓടി ക്കൂടി. "ഞാൻ എന്റെ പത്തായം പള്ളിക്കു നേർച്ച നല്കുകയാണ്. ആർക്കുവേണമെങ്കിലും ലേലം വിളിച്ചെടുക്കാം" വീട്ടുകാരൻ പള്ളി മുറ്റത്ത് ലേലംവിളിച്ചു തുടങ്ങി. ഏറ്റവും കൂടുതൽ തുകയ്ക്ക് ലേലം കൊണ്ടയാൾ പത്തായം തുറന്നപ്പോൾ കണ്ടത് ഒളിച്ചിരിക്കുന്ന നാട്ടു പ്രമാണിയെയാണ്. ഇടവകക്കാർ ചെണ്ടമേളത്തോടെ നാട്ടുപ്രമാണിയെ സ്വന്തം വീട്ടിലെത്തിച്ചു.

22

വായനയും മദ്യപാനവും

"എന്താടോ, കുമ്പളങ്ങി വിശേഷം" തോപ്പുംപടിയിലെ എന്റെ വീട്ടി ലെത്തിയ കുമ്പളങ്ങിക്കാരനോട് ഞാൻ ചോദിച്ചു. "നല്ല വിശേഷം സാറെ, നമ്മുടെ 'ഹോം സ്റ്റേ'കളിൽ എല്ലാം വിദേശ ടൂറിസ്റ്റുകളാണ്.

പാലത്തിനു താഴെയുള്ള പാർക്കിൽ ധാരാളം ആളുകൾ വരുന്നുണ്ട്. പുട്ട്, കടലക്കറി, കക്കകറി ഇവയ്ക്കെല്ലാം നല്ല ഡിമാൻറാണ്." നാട്ടുകാരൻ സന്തോഷത്തോടെ എന്നെ അറിയിച്ചു.

"പിന്നെ, സാറെ നമ്മുടെ വായനശാലകൾ കൃത്യം ആറുമണിക്കു തന്നെ പൂട്ടും. ആറു മണി കഴിഞ്ഞാൽ പുസ്തകങ്ങളും പത്രങ്ങളും വായിക്കാൻ ആള് കുറവാണ്. വിദേശമദ്യ ഷാപ്പുണ്ടല്ലോ അവിടെ നല്ല തിരക്കാണ്. രാത്രി ഒൻപതുമണി കഴിഞ്ഞാലും വലിയ 'ക്യൂ' വാണ്. പള്ളുരുത്തി പോലീസ് വന്ന് ലാത്തിച്ചാർജ്ജ് ചെയ്താണ് ആളുകളെ പിരിക്കുന്നത്. ഒരു ദിവസം ശരാശരി രണ്ടു ലക്ഷത്തിന്റെ മദ്യമാണ് കുമ്പളങ്ങിക്കടയിലെ വില്പന. മദ്യപാനത്തിൽ കുമ്പളങ്ങിക്കാർ മോശക്കാരല്ലല്ലോ." എന്റെ നാട്ടുകാരൻ ചിരിച്ചുകൊണ്ടു പറഞ്ഞപ്പോൾ കുമ്പളങ്ങിക്കാരുടെ വായനാശീലം കുറയുകയും മദ്യപാനാസക്തി കൂടുകയുമാണോ എന്ന സംശയം എന്നിൽ ഉണ്ടായി.

23
'ബാക്ക് ബഞ്ചേഴ്സ്'

കുമ്പളങ്ങി സെന്റ് പീറ്റേഴ്സ് സ്കൂളിൽ ഞാൻ പഠിക്കുന്ന കാലം. വളരെ പ്രഗൽഭരായ അദ്ധ്യാപകരാണ് ഞങ്ങളെ പഠിപ്പിക്കുന്നത്. കേരള നിയമസഭ സ്പീക്കറായിരുന്ന അലക്സാണ്ടർ പറമ്പിത്തറ, വരാപ്പുഴ അതിരൂപതയുടെ മെത്രാപ്പോലീത്ത ഡാനിയൽ അച്ചാരുപറമ്പിലിന്റെ പിതാവ് കെ.ടി. റോക്കി, കൊച്ചി രൂപതയുടെ ആദ്യ തദ്ദേശമെത്രാൻ അലക്സാണ്ടർ എടേഴത്തിന്റെ സഹോദരി അന്നടീച്ചർ, ഇപ്പോഴും ജീവിച്ചിരിക്കുന്ന ജോൺ തൈക്കൂട്ടത്തിൽ തുടങ്ങിയവർ ഈ വലിയ നിരയിൽപ്പെടും.

നന്നായി പഠിക്കുന്നവരെല്ലാം മുൻനിരയിൽ. ആൺകുട്ടികൾ അദ്ധ്യാപകന്റെ വലതുഭാഗത്ത്, പെൺകുട്ടികൾ ഇടതുഭാഗത്ത്. ക്ലാസിലെ ഉഴപ്പന്മാരും പ്രായം കൂടിയവരും പുറകിൽ. സ്വാഭാവികമായും അവർ ഉയരം ഉള്ളവരുമായിരുന്നു. അതുകൊണ്ട് ഇവരുടെ എല്ലാ നോട്ടങ്ങളും

നീക്കങ്ങളും ക്ലാസ്സെടുക്കുന്ന അദ്ധ്യാപകന് നിഷ്പ്രയാസം കാണാം. കുസൃതിത്തരം കാണിച്ചാൽ ചൂരൽ പ്രയോഗം കിട്ടും. എന്നാലും ഇവരുടെ ശല്യം ഒട്ടും കുറവായിരുന്നില്ല.

✸

ഒരുദിവസം കുട്ടികളുടെ പൊതുവിജ്ഞാനവും ഉത്തരങ്ങൾ കണ്ടെത്താനുള്ള കഴിവും പരിശോധിക്കുന്ന ചോദ്യോത്തരമായിരുന്നു. ആർക്കും അല്പം ബുദ്ധി ഉപയോഗിച്ചാൽ മറുപടി പറയാവുന്ന ചോദ്യങ്ങൾ. പുറകിലിരിക്കുന്നവർക്കായി ഒരു ചെറിയ ചോദ്യം ഇട്ടുകൊടുത്തു. ഒരു താറാവിന് സാധാരണ വില അമ്പതുരൂപ. എന്നാൽ പെരുന്നാളുവരുമ്പോൾ അറുപതുരൂപ. പത്തു താറാവിനെ പെരുന്നാളിന് വിറ്റാൽ എന്തു ലാഭം.

ഞങ്ങളുടെ നാട്ടിൽ എല്ലാവീടുകളിലും തന്നെ താറാവുകളെ വളർത്തിയിരുന്നു. പെരുന്നാള് വരുമ്പോൾ നല്ല 'ഡിമാന്റാ'ണ്. അപ്പോൾ അല്പം വിലകൂട്ടി വിൽക്കും. ഇതാണ് ചോദ്യ പശ്ചാത്തലം. പുറകിലെ ബഞ്ചിൽ നിന്ന് ഏറ്റവും അറ്റത്തിരുന്നയാൾ എഴുന്നേറ്റു. തല ചൊറിഞ്ഞുകൊണ്ട് പറഞ്ഞു "കുറെ കാശു കിട്ടും. ഒരു അറുപതുരൂപ" ക്ലാസ്സിൽ ചിരി മുഴങ്ങി. "നെക്സ്റ്റ്"- അദ്ധ്യാപകൻ വിളിച്ചു. "അറുപതാകില്ല സാർ എഴുപതുകിട്ടും" അടുത്തയാൾ മറുപടിപറഞ്ഞു. ക്ലാസ്സിൽ ചിരികൂടി.

ഈ മണ്ടന്മാർ ശരിയാകില്ല എന്ന് അദ്ധ്യാപകനു മനസ്സിലായി. അതുകൊണ്ട് കുറെക്കൂടി ബുദ്ധിയുണ്ട് എന്ന് കരുതപ്പെടുന്ന മുൻ ബെഞ്ചുക്കാരോട് ചോദ്യം ഉന്നയിച്ചു. ഉടനെ പുറക് ബെഞ്ചിലെ ഒരു കുട്ടി എഴുന്നേറ്റ് അദ്ധ്യാപകനോട് പറഞ്ഞു "സാർ ഇതു ജനാധിപത്യ മല്ല. ഞങ്ങളുടെ ബഞ്ചിലെ ആരും പറയാതെ വന്നാലേ തൊട്ടുമുൻപു ള്ളവരെ വിളിക്കാൻ പാടുള്ളു." കുട്ടിയുടെ അഭിപ്രായം ശരിയാണെന്ന് അദ്ധ്യപകന് തോന്നി. "ശരി, എന്നാൽ താൻ പറയു" അദ്ധ്യാപകൻ ജനാധിപത്യവാദിക്ക് മറുപടി പറയാൻ സന്ദർഭം കൊടുത്തു. "സാർ, താറാവ് പൂവനുമുണ്ട് പിടയുമുണ്ട്. പിടയിൽ തന്നെ മുട്ടയിടുന്നതും, ഇടാത്തതുമുണ്ട്. ഏതുതരമാണെന്നറിയാതെ വിലയിടാൻ കഴിയില്ല" ജനാധിപത്യവാദിയുടെ മറുപടിയിൽ ക്ലാസ്സുമുഴുവൻ പൊട്ടിച്ചിരിച്ചു.

✸

"**താ**ൻ, വീട്ടിൽപ്പോയി അച്ഛനെ വിളിച്ചു കൊണ്ടുവാ. എന്നിട്ട് ക്ലാസ്സിൽ ഇരുന്നാൽ മതി. തന്നെക്കൊണ്ട് ഞാൻ മടുത്തു" പിൻബഞ്ചിലിരുന്ന് ബഹളം കൂട്ടിയിരുന്നവരുടെ നേതാവിനോട് അദ്ധ്യാപകൻ ആജ്ഞാ പിച്ചു. നേതാവ് പുറത്തേക്കുപോയി കുറെ കഴിഞ്ഞപ്പോൾ അപ്പനെ വിളിച്ചുകൊണ്ടുവന്നു. പക്ഷേ വന്നത് സാറിന്റെ അപ്പനായിരുന്നു. സാർ അറിയാതെ ചിരിച്ചു. നേതാവ് വീണ്ടും പിൻബഞ്ചിലിരുന്നു.

✸

"**നി**ങ്ങൾ ബാക്ക് ബെഞ്ചേഴ്സ്, പുസ്തകങ്ങളും എടുത്ത് എല്ലാ വരും പുറത്തുപോകു" ഗതികെട്ടപ്പോൾ അദ്ധ്യാപകൻ ആക്രോശിച്ചു.

ബാക്ക് ബഞ്ചേഴ്സ്സ് പുറത്തിറങ്ങി. പക്ഷേ, ഡസ്ക്ക് ചുമലിലേറ്റി യാണ് അവർ ഇറങ്ങിയത്.അവരുടെ പുസ്തകക്കെട്ടുകളെല്ലാം ഡസ്ക്കിന്റെ മുകളിൽ തന്നെ ഉണ്ടായിരുന്നു.

✸

"**ന**മ്മുടെ സ്കൂളിനെ പല്ലു തേയ്പ്പിക്കണം." മലയാളം അദ്ധ്യാപകൻ നാരായണൻകുട്ടി മേനോൻ സ്കൂൾ അസംബ്ലിയിൽ പറഞ്ഞു. പല്ലു തേയ്പ്പിക്കണം എന്നതുകൊണ്ട് സാർ ഉദ്ദേശിക്കുന്നത്, സ്കൂളിന്റെ കൽ പ്പടവുകളും വരാന്തയും സിമന്റിടുന്ന കാര്യമായിരുന്നു. സ്കൂൾ വാർഷിക വുമായി ബന്ധപ്പെട്ട് നടക്കുന്ന ആഘോഷങ്ങളിൽ ഇത്തരം നിർമ്മാണ

പ്രവർത്തനവും ഞങ്ങൾ നടത്താറുണ്ട്. ഞങ്ങൾ കുട്ടികളാണ് സ്കൂൾ വാർഷികത്തിന് പിരിവിന് ഇറങ്ങുന്നത്. നാല്പതു പേജിന്റെ ഒരു നോട്ട് ബുക്കാണ് രശീത്. തന്നവരുടെ പേരും സംഭാവന തുകയും എഴുതി അവരെ കൊണ്ട് ഒപ്പിടീക്കും. എല്ലാ ദിവസവും പിരിവ് ബുക്ക് നാരായണൻകുട്ടി മേനോൻ പരിശോധിച്ച്, കളക്ഷൻ വാങ്ങി വെക്കും. സ്കൂൾ അസംബ്ലിയിൽ ഓരോ ദിവസത്തേയും കളക്ഷൻ പറയും.

എന്നാൽ ഇങ്ങനെയുള്ള പിരിവിലും ഞങ്ങളുടെ 'ബാക്ക് ബെഞ്ചേഴ്സ്' ചില കുസൃതികൾ കാണിക്കും. സാധാരണ പിരിവ് കിട്ടുന്നത് ഒരണ, നാലണ, എട്ടണയൊക്കെയാണ്. ഒരു രൂപ വളരെ കുറച്ചു പേരേ തരൂ. പക്ഷേ അങ്ങനെ തരുന്നവരെ 'ബാക്ക് ബെഞ്ചേഴ്സി' നറിയാം. ഒരു രൂപ തരുന്നവരോട് പിരിവിന്റെ കാര്യം പറയും. അവർ രൂപ എടുക്കാൻ പുരക്കകത്തേക്കു പോകുമ്പോൾ 'ബാക്ക് ബെഞ്ചേഴ്സ്' വിളിച്ചുപറയും. 'പിന്നെ തന്നാൽ മതി. ഞങ്ങൾ വന്ന് വാങ്ങിച്ചോളാം' ഇങ്ങനെ കുറെ വീടുകളിൽ പറഞ്ഞുവെക്കും. സ്കൂൾ വാർഷിക സമയത്തു വാങ്ങില്ല. എല്ലാ പരിപാടികളും കഴിയുമ്പോൾ, വീടുകയറി മുൻകൂട്ടി പറഞ്ഞുവച്ചിരിക്കുന്ന സംഭാവന വാങ്ങും. ഒരു ദിവസം ഒരു വീട്ടിൽ നിന്നേ സംഭാവന വാങ്ങൂ. അന്ന് ഒരു രൂപ വലിയ തുകയാണ് 'ബാക്ക് ബെഞ്ചേഴ്സി'ന് ബീഡി വലിക്കാനും ചായകുടിക്കാനും ഒരു രൂപ തന്നെ ധാരാളം.

24

ഒപ്പും വിരലടയാളവും

കുമ്പളങ്ങി സെന്റ് പീറ്റേഴ്സ് പള്ളിയിൽ വിവാഹത്തിന് മണവാളനും മണവാട്ടിയും എത്തി. കല്ല്യാണത്തിന് അനുവാദം നല്കുന്ന ചീട്ട് രണ്ടു കൂട്ടരും വികാരിയച്ചനെ ഏല്പിച്ചു. "നിങ്ങളുടെ പാർട്ടി ഏതാണ്?" വികാരിയച്ചൻ രണ്ടുകൂട്ടരോടും ചോദിച്ചു. "അതെന്താണച്ചാ ഇപ്പോഴിങ്ങനെയൊരു ചോദ്യം. മുൻപൊന്നും ചെറുക്കന്റെയും പെണ്ണിന്റെയും രാഷ്ട്രീയപാർട്ടി ഏതെന്ന് ചോദിച്ചിരുന്നില്ലല്ലോ?" പെണ്ണിന്റെയും ചെറുക്കന്റെയും വീട്ടുകാർ അച്ചനോട് ചോദിച്ചു.

പ്രൊഫ. കെ.വി. തോമസ്

"എടോ, ഞാൻ ലത്തീൻകാരനാണ്. എനിക്ക് സുറിയാനിക്കാരെക്കാൾ പ്രായോഗിക ബുദ്ധിയുണ്ട്. അതല്ലേ മത്തായിചാക്കോയുടെ കല്ല്യാണം വിവാദമായത്. ഒപ്പിനോടൊപ്പം വിരലടയാളവും ഇട്ടിരുന്നെങ്കിൽ ഈതർക്കം ഉണ്ടാകുമോ? ഇവിടെ കമ്മ്യൂണിസ്റ്റുകാരാണെങ്കിൽ ഒപ്പും വിരലടയാളവും നിർബന്ധമാണ്. പിന്നെ തർക്കത്തിനു വരില്ലല്ലോ?" കുമ്പളങ്ങി സെന്റ് പീറ്റേഴ്സ് പള്ളിയിലെ വികാരിയച്ചൻ തന്റെ ലത്തീൻ ബുദ്ധി വ്യക്തമായി പ്രകടിപ്പിച്ചു.

25
കുർബാനകൾ പലതരം

"അച്ചോ, എന്റെ അപ്പന്റെയും അമ്മയുടെയും ചരമവാർഷികം വരുകയാണ്. മരിച്ചവർക്കുവേണ്ടി കുർബാന ചൊല്ലണം." ഒരു കുമ്പളങ്ങിക്കാരൻ സെന്റ് പീറ്റേഴ്സ് പള്ളിയിലെ വികാരിയച്ചനെ കണ്ട് പറഞ്ഞു.

"അതിനെന്താ. ഒറ്റ കുർബ്ബാനയാണെങ്കിൽ 20 രൂപ. പാട്ടുകുർബ്ബാനയ്ക്ക് 50 രൂപ. രൂപം തുറന്ന കുർബ്ബാനയാണെങ്കിൽ 75 രൂപ" അച്ചൻ കുർബ്ബാനയുടെ റേറ്റ് ഇടവകക്കാരനെ അറിയിച്ചു.

"എന്താണച്ചോ, ഈ കുർബ്ബാനകൾ തമ്മിലുള്ള വ്യത്യാസം. ഒറ്റ കുർബ്ബാന, പാട്ടുകുർബ്ബാന, കൂടുതുറന്നകുർബ്ബാന! ദൈവത്തിന്റെ മുമ്പിൽ ഇതൊരു ബലിയല്ലെ. ബലികൾ തമ്മിലെന്താ വ്യത്യാസം" ഇടവകക്കാരൻ വികാരിയച്ചനോട് തർക്കിച്ചു.

"തന്നോടൊന്നും തർക്കിക്കാൻ ഞാനില്ല. താനൊരു കമ്മ്യൂണിസ്റ്റുകാരനായിരിക്കും" വികാരിയച്ചന്റെ ശബ്ദം മാറി. അച്ചന്റെ മുറിയുടെ മുകളിൽ തൂക്കിയിട്ടിരുന്ന ക്രൂശിതരൂപത്തിൽ നിന്ന് ഒരു ഗാനം മുഴങ്ങുന്നതായി ചെറുപ്പകാരനു തോന്നി. "ബലിയല്ല, എനിക്കുവേണ്ടതു ബലിയല്ല കാസയേന്തും കൈകളിൽ വേണ്ടതു കരുണയാണല്ലോ, നിൻ കരുണയാണല്ലോ."

26

ലീഡർ

"എന്താ കണ്ണപ്പാ, ലീഡറുടെ മനസ്സു മാറിയോ ? തിരിച്ചുവരുമോ?" കരുണാകരനോടൊപ്പം അസിസ്റ്റൻറായി വളരെക്കാലം പ്രവർത്തിച്ചിട്ടുള്ള കണ്ണപ്പനെ മൊബൈലിൽ വിളിച്ച് ഞാൻ ചോദിച്ചു. "കരുണാകരൻ വരുകയോ പോകുകയോ ചെയ്യട്ടെ! അതൊക്കെ അച്ഛനും മക്കളും തമ്മിലുള്ള പ്രശ്നം. പാവപ്പെട്ട ഞാനെന്തു പിഴച്ചു?"

മറുപടി കേട്ട് ഞാൻ ഞാൻ ഒന്നു ഞെട്ടി. "കണ്ണപ്പനല്ലേ? കണ്ണപ്പന്റെ നമ്പറല്ലേ?" ഞാൻ തിരിച്ചു ചോദിച്ചു.

"കണ്ണപ്പനല്ല. ഇതു വേറെ ഗ്രൂപ്പ്. ഞാൻ ഷഫീക്കാണ്. താങ്കളാരാണ്?"

മറുതലപ്പത്തുനിന്നും പിറുപിറുത്തുള്ള ചോദ്യം.

"ഞാൻ കെ.വി. തോമസ് എം.എൽ.എയാണ്. ലീഡറുടെ പി.എ. ആയിരുന്ന കണ്ണപ്പനെയാണ് വിളിച്ചത്."

പ്രൊഫ. കെ.വി. തോമസ്

"സാറേ, ക്ഷമിക്കണം. ഒരു ദിവസം എത്രപേരാണെന്നോ ഈ നമ്പറിൽ കണ്ണപ്പനെ വിളിക്കുന്നത്. ഞാൻ സഹികെട്ടു! സാറൊരു പകാരം ചെയ്യുമോ? ഈ കണ്ണപ്പന്റെ ഇപ്പോഴത്തെ നമ്പറൊന്ന് സംഘടിപ്പിച്ച് തരാമോ? കണ്ണപ്പനെ വിളിക്കുന്നവരോട് പറയാമല്ലോ."

ഷഫീക്കിന്റെ അഭ്യർത്ഥന കേട്ടപ്പോൾ അയാളോടെനിക്ക് സഹതാപവും സ്നേഹവും തോന്നി. കണ്ണപ്പന്റെ വീട്ടിൽ വിളിച്ച് ശരിയായ മൊബൈൽ നമ്പറെടുത്ത് ഷഫീക്കിന് കൊടുത്തു.

"വളരെ നന്ദി സാർ. ഏറെകാലമായി എന്നെ അലട്ടിയിരുന്ന ഒരു പ്രശ്നത്തിനും പരിഹാരമായി. ഇനി ലീഡറുടെ കാര്യം ഞാനേറ്റു...."

27

ബ്രോക്കർ

"**മാ**ഷെ എനിക്ക് കുറെ ഭൂമി വിൽക്കാനുണ്ട്. എന്നെ ഒന്ന് സഹായിക്കാമോ? ബ്രോക്കറേജ് നൽകാം. മാഷാകുമ്പോൾ ധാരാളം ബിസിനസ്സുകാരെ കേരളത്തിനകത്തും പുറത്തും പരിചയമുണ്ടല്ലോ! പിന്നെ പറ്റിക്കയുമില്ലല്ലോ!" 08 ജനുവരി 13ന് രാവിലെ എന്റെ കുറെ സ്നേഹിതന്മാർ ഫോണിൽ വിളിച്ച് പറഞ്ഞു.

“എന്താടോ കാര്യം? തുറന്ന് പറയ്? എനിക്ക് ഭൂമികച്ചവടമൊന്നു മില്ല” ഞാൻ അല്പം ദേഷ്യത്തോടെ അവരോട് പറഞ്ഞു.

“മാഷെ ഞങ്ങളിൽ നിന്ന് ഒന്നും ഒളിച്ചു വയ്ക്കേണ്ട. പിന്നെ ബ്രോക്കർ പണി ഒരു കുറ്റവുമല്ല. നല്ല പൈസയും കിട്ടും. കേരളത്തിലെ എത്ര ഉന്നതരായ രാഷ്ട്രീയക്കാരും ഉദ്യോഗസ്ഥൻമാരും ഈ പണി ചെയ്യുന്നു” എന്റെ സ്നേഹിതൻമാർ എന്നെ വിടുന്നില്ല.

“എടോ, ഞായറാഴ്ച്ച രാവിലെ വിളിച്ച് എന്റെ മൂഡ് ഔട്ടാക്കാതി രിക്ക്. എനിക്ക് പള്ളിയിൽ പോകണം” ഞാൻ അവരോട് വീണ്ടും പറഞ്ഞു.

“മാഷ് പത്രമൊന്നും കണ്ടില്ലേ? ഇന്നത്തെ മാതൃഭൂമിയിൽ ഒരു മുൻ വ്യവസായ മന്ത്രിയും ഒരു മുൻ ടൂറിസം മന്ത്രിയും ‘ബിനാമി’കളെ വച്ച് ഫാക്ടിന്റെ അടുത്തുള്ള സ്ഥലങ്ങൾ വാങ്ങാൻ ശ്രമിച്ചെന്നും എന്നാൽ വില ഒത്തുചേരാത്തതിനാൽ വാങ്ങിച്ചില്ലെന്നും വാർത്ത യുണ്ട്. ഇൻഡ്യൻ എക്സ്പ്രസ്സ്, കുഞ്ഞാലികുട്ടി സാഹിബിന്റേയും മാഷി ന്റേയും കളർചിത്രത്തോടെയാണ് വാർത്ത കൊടുത്തിരിക്കുന്നത്. ഞങ്ങൾ നേരിട്ട് വിളിക്കാൻ കാരണം ഈ വാർത്തകളാണ്!” സുഹൃ ത്തുക്കൾ കാര്യം വെളിപ്പെടുത്തി. ഞാൻ അറിയാതെ പൊട്ടിച്ചിരിച്ചു.

28
കൊതുകുകൾ

"നിങ്ങളെന്തെമ്മല്ലെയാണ്? എന്റെ കയ്യൊന്നു നോക്കിയേ! കൊതുകു കടിച്ച് തിണർത്തിരിക്കുന്നു. മന്തു പോലെയായി." രാവിലെ ഭാര്യ ഷെർളി ഒടക്കിലാണ്. അവരുടെ ദേഹം മുഴുവൻ കൊതുകു കടിച്ച് വീർത്തിരിക്കയാണ്. എനിക്ക് സഹതാപം തോന്നി. "ഷെർളി ഇത് തോപ്പുംപടി കൊതുകാ. മട്ടാഞ്ചേരി എം.എൽ.എ. ഇബ്രാഹിംകുഞ്ഞാ ഈ കാര്യം കൈകാര്യം ചെയ്യേണ്ടത്. ഞാൻ എറണാകുളം എം.എൽ.എ. അല്ലേ!" ഞാൻ ഷെർളിയെ ഒന്നു തണുപ്പിക്കാൻ ശ്രമിച്ചു.

"നിങ്ങളുടെ ഒരു തമാശ. എനിക്ക് ചിക്കൻ ഗുനിയ വരും!" ഷെർളിയുടെ പരിഭവം തീരുന്ന മട്ടില്ല. ഞാൻ കോർപ്പറേഷൻ സെക്രട്ടറി മിനി ആന്റണിയെ ഫോണിൽ വിളിച്ച് കൊതുകുകടി പ്രശ്നം അവതരിപ്പിച്ചു. ഉടനെ കോർപ്പറേഷൻ ജീവനക്കാരെ അയക്കാം എന്ന് മിനി വാക്ക് നല്കി.

ഞാൻ വൈകുന്നേരം വീട്ടിൽ എത്തിയപ്പോൾ ഷെർളി കൂടുതൽ ചൂടായാണ് നിൽക്കുന്നത്. "നിങ്ങളുടെ കോർപ്പറേഷൻകാർ വന്നു. അവർ വീടിനു ചുറ്റും നടന്നു. എന്നിട്ട് എന്നോട് പറഞ്ഞു. കൊതുകു

കുമ്പളങ്ങി വർണ്ണങ്ങൾ

പ്രശ്നം കൈകാര്യം ചെയ്യുന്നത് ഞങ്ങൾ ഹെൽത്തുകാരല്ല. 'ഫൈലേറി' യാക്കാരാണെന്ന്. ഞാൻ ഏതായാലും വന്ന ഹെൽത്തുകാരോട് പറഞ്ഞു. ദയവുചെയ്ത് ഈ വിവരം കൊതുകുകളോട് ഒന്നു പറഞ്ഞിട്ടു പോകൂ. അങ്ങിനെയെങ്കിലും കൊതുകു പോയിക്കിട്ടുമല്ലോ?" ഷെർളി യുടെ മുമ്പിൽ ഞാൻ ചൂളിപ്പോയി.

29

ശബ്ദാനുകരണം

എറണാകുളം നഗരത്തിൽ ക്രിസ്തുമസ്സ് കാലം. ഗ്രാന്റ് കേരള ഷോപ്പിംഗ് ഫെസ്റ്റിവൽ അരങ്ങേറിയ സമയം. എവിടെയും ഉൽസവ ഛായ. രാത്രി വരെ ഷോപ്പിംഗ്. കടകളിൽ നിന്ന് സാധനങ്ങൾ വാങ്ങുന്നവർക്ക് പ്രത്യേക കൂപ്പൺ. ഈ കൂപ്പണുകൾ നറുക്കിട്ട് ആകർഷണീയ മായ ധാരാളം സമ്മാനങ്ങൾ.

ഈ ഫെസ്റ്റിവലിലെ ആദ്യത്തെ നറുക്കെടുപ്പ് ഡർബാർ ഹാൾ മൈതാനത്ത് നടത്തുകയാണ്. എറണാകുളം ജില്ലാകളക്ടർ മുഹമ്മദ്

ഹനീഷ് ഉണ്ട്. ഞാനാണ് നറുക്കെടുക്കുന്നത്. നാല് സാൻട്രോ കാറുകളും നാല് ടി.വി. സെറ്റുകളുമാണ് സമ്മാനങ്ങൾ.

എല്ലാ കൂപ്പണുകളും ഡ്രമ്മിലിട്ട് കറക്കി. അതിൽനിന്ന് ഒന്ന് ഞാൻ എടുത്തു. ആദ്യസമ്മാനം സതീഷ് വർമ്മ എറണാകുളത്തിന്. കൂപ്പണിൽ സതീഷ് വർമ്മയുടെ മൊബൈൽ നമ്പർ ഉണ്ട്. പരിപാടി 'കോംമ്പയർ' ചെയ്യുന്ന പെൺകുട്ടി വർമ്മയെ ഫോണിൽ വിളിച്ച് എനിക്കുതന്നു. "മിസ്റ്റർ വർമ്മ നിങ്ങൾ ഭാഗ്യവാനാണ്. നിങ്ങൾക്ക് ഗ്രാന്റ് കേരള ഷോപ്പിംഗ് ഫെസ്റ്റിവലിന്റെ ഭാഗമായി നടത്തുന്ന നറുക്കെടുപ്പിൽ ഒരു സാൻട്രോ കാർ കിട്ടിയിരിക്കുന്നു. എറണാകുളം ജില്ലാകളക്ടറെ കാണുകയോ ഇപ്പോൾ തന്നെ ഡർബാർ ഹാൾ ഗ്രൗണ്ടിൽ വരികയോ ചെയ്താൽ നിങ്ങൾക്ക് കാറു കൊണ്ടുപോകാം." ഞാൻ വർമ്മയെ അറിയിച്ചു. വർമ്മയ്ക്ക് മിണ്ടാട്ടമില്ല. സ്തംഭിച്ചു പോയിരിക്കുന്നു. മൊബൈലും നിശ്ശബ്ദമായി.

"മാഷല്ലേ?" എന്റെ ഫോൺ ശബ്ദിച്ചു.

"അതെ, കെ.വി. തോമസ്സാണ്." ഞാൻ മറുപടി നൽകി.

"മാഷിപ്പോൾ ഇലക്ട്രിസിറ്റി ബോർഡ് ക്ലർക്ക് സതീഷ് വർമ്മയെ വിളിച്ചോ." മറുതലക്കൽ നിന്നും വീണ്ടും ചോദ്യം. "അതെ, അയാൾക്ക് ഗ്രാന്റ് കേരള ഷാപ്പിംഗ് ഫെസ്റ്റിവൽ നറുക്കെടുപ്പിൽ ഒരു സാൻട്രോ കാർ കിട്ടിയിരിക്കുന്നു." ഞാൻ പറഞ്ഞു.

"മാഷെ, വർമ്മയ്ക്കിത് വിശ്വസിക്കാൻ കഴിയുന്നില്ല. ആരെങ്കിലും മാഷിന്റെ ശബ്ദം അനുകരിച്ചതാണെന്നാണ് പാവം വിചാരിച്ചത്. ദാ, ഞങ്ങൾ ഡർബാർ ഹാൾ ഗ്രൗണ്ടിൽ എത്തിക്കഴിഞ്ഞു." വർമ്മയുടെ കൂട്ടുകാരൻ എന്നെ അറിയിച്ചു.

30

ഉപയോഗിച്ച വസ്ത്രം വേണ്ട

ഡൽഹിയിൽ കേരളാഹൗസിൽ താമസിക്കുന്ന സന്ദർഭങ്ങളിലെല്ലാം ഞാൻ രാവിലെ നടക്കാൻ പോകുന്നത് 'ഗോൾഡാഘാന'യിലെ തിരുഹൃദയ കത്തീഡ്രലിലേക്കാണ്. അവിടെചെന്ന് പ്രാർത്ഥിക്കും

ഈ പ്രാവശ്യം പള്ളിയിൽ ചെന്നപ്പോൾ എന്റെ പ്രത്യേകശ്രദ്ധയിൽപ്പെട്ടത് അവിടെ വച്ചിരുന്ന നേർച്ചപ്പെട്ടിയാണ്. ആ പെട്ടിയിൽ ഇംഗ്ലീഷിലും, മലയാളത്തിലും, ഹിന്ദിയിലും, തമിഴിലും എഴുതിവച്ചിരുന്നത് ഇങ്ങനെയാണ്

വിൻസന്റ് ഡി പോൾ സൊസൈറ്റി

പാവപ്പെട്ടവരെ സഹായിക്കു

നിങ്ങളുടെസഹായങ്ങൾ ഈ പെട്ടിയിൽ നിക്ഷേപിക്കു

(ഉണക്കസാധനങ്ങൾ മതി)

അരി, ആട്ട, പരിപ്പ്, പഞ്ചസാര ഇങ്ങനെ എന്തുമാവാം. എന്നാൽ ഉപയോഗിച്ച വസ്ത്രങ്ങൾ വേണ്ട.

എല്ലാ ക്രൈസ്തവ ഇടവകകളുമായി ബന്ധപ്പെട്ട് പ്രവർത്തിക്കുന്ന സാമൂഹ്യസേവന സംഘടനയാണ് വിൻസന്റ് ഡി പോൾ. രോഗികളെയും ദരിദ്രരേയും ആശ്വസിപ്പിക്കുന്നവർ. പക്ഷേ ഇവർക്കും ഉപയോഗിച്ച വസ്ത്രങ്ങൾ വേണ്ട.

ഞാൻ തേവര കോളേജിൽ പഠിക്കുകയും പഠിപ്പിക്കുകയും ചെയ്യുന്ന കാലത്ത് ഉപയോഗിച്ച തുണികളും വസ്ത്രങ്ങളും ശേഖരിച്ച് ചെല്ലാനം,

കണ്ണമാലി തുടങ്ങിയ മത്സ്യതൊഴിലാളി ഗ്രാമങ്ങളിൽ വിതരണം ചെയ്തിരുന്നു. അന്ന് വലിയ ഡിമാന്റായിരുന്നു ഉപയോഗിച്ച വസ്ത്രങ്ങൾക്ക്. പക്ഷേ കഴിഞ്ഞ സുനാമിയിൽ കണ്ട ഒരു കാര്യം, ആർക്കും ഉപയോഗിച്ച വസ്ത്രങ്ങൾ വേണ്ട. ലോറിക്കണക്കിനുവന്ന ഉപയോഗിച്ച വസ്ത്രങ്ങൾ കെട്ടിക്കിടന്നു.

ഡൽഹിയിലെ തിരുഹൃദയ കത്തീഡ്രലിൽ വച്ചിരിക്കുന്ന നേർച്ചപ്പെട്ടിയിലും പാവപ്പെട്ടവരുടെ ഈ വികാരം തന്നെയാണ് ഞാൻ കണ്ടത്. മറ്റൊരാൾ ഉപയോഗിച്ച വസ്ത്രം ആർക്കും വേണ്ട.

31
ബർമൂഡ

രാവിലെ 10.30 തന്നെ ഞാൻ എറണാകുളം പ്രസ്സ് ക്ലബ്ബിൽ എത്തിയതാണ്. ആൾ കേരള റീട്ടെയിൽ റേഷൻ ഡീലേഴ്സ് അസ്സോസിയേഷൻ പ്രസിഡന്റെന്ന നിലയിൽ റേഷൻ വ്യാപാരികൾ അനുഭവിക്കുന്ന ബുദ്ധിമുട്ടുകൾ ജനങ്ങളെ അറിയിക്കുന്നതിനാണ് പ്രസ്സ് കോൺഫറൻസ്സ്. തലേദിവസം തന്നെ പ്രസ്സ് ക്ലബ്ബ് ഓഫീസ്സ് മാനേജർ ജേക്കബ്ബിനെ വിളിച്ച് നിശ്ചയിച്ചതാണ്. എന്റെ കൂടെ സംഘടനയുടെ സംസ്ഥാന ഭാരവാഹികളുമുണ്ട്. ഞങ്ങളുടേതാണു ആദ്യ കോൺഫറൻസ്സ്. പക്ഷേ മണി പതിനൊന്നായി, പതിനൊന്നരയായി. ആരേയും കാണുന്നില്ല. സാധാരണ പത്തരയോടെ മിക്കവാറും എല്ലാ പത്രക്കാരും ക്ലബ്ബിലെത്തുന്നതാണ്.

"ഇതെന്തുപറ്റി" ഞാൻ ജേക്കബ്ബിനോട് ചോദിച്ചു.

"മാഷെ ഇന്ന് ജി. ഓഡിറ്റോറിയത്തിൽ 'ലീഡറെ' അനുകൂലിക്കുന്ന എൻ.സി.പികാരുടെ യോഗമുണ്ട്. അത് കലക്കുമെന്ന് ഇന്നലെ തന്നെ മുരളി അനുകൂലികൾ നമ്മുടെ പത്രക്കാരോട് പറഞ്ഞിട്ടുണ്ട്. അതുകൊണ്ട് എല്ലാവരും ജി. ഓഡിറ്റോറിയത്തിലെ കലാപരിപാടി കാണാൻ പോയിരിക്കുകയാണ്" ജേക്കബ്ബ് എന്നോട് പറഞ്ഞു.

"മാഷെ, അടി തുടങ്ങി. ഇൻഡ്യാവിഷനിലുണ്ട്. ഓടി വാ" ജേക്കബ്ബ് എന്നെ വിളിച്ചു. ഞാൻ ചെന്നു നോക്കുമ്പോൾ സിനിമാ സ്റ്റൈലിലുള്ള അടിയാണ്. നേതാക്കൻമാർ ആർക്കും പരുക്കുപറ്റാത്ത അടി. കസേര ഏറ്. ടൂബ്ലൈറ്റ് പൊട്ടിക്കൽ തുടങ്ങിയ സ്ഥിരം പരിപാടികൾ. ഇതിൽ തികച്ചും വ്യത്യസ്തമായ അടി നടത്തിയത് ജില്ലാ പഞ്ചായത്ത് മെമ്പർ കടമക്കുടിക്കാരി സിന്റാ ജേക്കബ്ബാണ്. ഒരു തമിഴ് പുലിയായി സിന്റാ മാറി. മുരളീ അനുകൂലികൾ സിന്റായുടെ കൈ പ്രയോഗത്തിൽ ഓടി ഒളിച്ചു.

'മാഷെ, കരുണാകരന്റെ കോൺഗ്രസ്സ് പ്രവേശനം ഉഗ്രമായി. ഒരു തൃശൂർ പൂരം തന്നെ!' സാമ്പിൾ വെടിക്കെട്ടെ ആയിട്ടുള്ളു. കോൺഗ്രസ്സിൽ വന്നതിനുശേഷം യഥാർത്ഥ വെടിക്കെട്ടുകാണാം. മാഷാ സോണിയാഗാന്ധിയുമായി വളരെ അടുപ്പമില്ലേ! ഒരു ശുപാർശ അവരോട് പറയൂ. കരുണാകരൻ കോൺഗ്രസ്സിൽ ചേരുന്നതോടൊപ്പം കേരളത്തിലെ എല്ലാ കോൺഗ്രസ്സുകാരും നിർബന്ധമായി മുണ്ടിനു താഴെ 'ബർമൂഡ' ധരിക്കണമെന്ന്'

കരുണാകരൻ കോൺഗ്രസ്സിലേക്ക് തിരിച്ചു വരുന്നത് കേരളം മുഴുവൻ ശ്രദ്ധിക്കുന്ന സമയം. ചർച്ച ഡൽഹിയിലേക്ക് മാറിയിരിക്കുന്നു.

പ്രതിപക്ഷ നേതാവ് ഉമ്മൻ ചാണ്ടി, കെ.പി.സി.സി. പ്രസിഡന്റ് രമേശ് ചെന്നിത്തല തുടങ്ങിയ നേതാക്കൾ കേരള ഹൗസിൽ എത്തിയിരിക്കുന്നു. പക്ഷേ ഡൽഹിയിലെ പത്രക്കാരുടെ ചർച്ചാ വിഷയം പെട്ടെന്ന് കരുണാകരനിൽ നിന്ന് സിന്റാ ജേക്കബ്ബിലേക്കു മാറി.

"മാഷെ, ആരെ എടുത്താലും എടുത്തില്ലെങ്കിലും സിന്റായെ കോൺഗ്രസ്സിൽ എടുക്കണം. അവളൊരു പുലിയാ! തനിച്ച് നിന്ന് അടിച്ചില്ലേ" ഒരു പത്രസുഹൃത്ത് എന്നോട് പറഞ്ഞു. കരുണാകര പക്ഷവും മുരളീ പക്ഷവും തമ്മിൽ കൊച്ചിയിൽ നടന്ന അടിയിൽ പത്രക്കാരുടെയും നാട്ടുകാരുടെയും പ്രത്യേക ശ്രദ്ധയാകർഷിച്ചത് സിന്റയാണ്. ചാനലുകളിലൂടെ ഈ അടിരംഗം കണ്ടവർക്ക് മാറ്റൊരു സ്റ്റണ്ട് ചിത്രത്തിലും ഇത്ര ഹരം പിടിപ്പിക്കുന്ന രംഗം കാണാൻ കഴിഞ്ഞിട്ടില്ലത്രേ!

32

വെർജിൻ മേരി

ഡൽഹിയിൽ കോണാട്ട് പ്ലേസ്സിലുള്ള 'വോൾഗാ' റെസ്റ്റോറന്റിൽ ഞങ്ങൾ കുറെ പേർ ഒന്നിച്ചു ചേർന്നിരിക്കയാണ്. ഡിസംബറിലെ തണുപ്പു കാലം. സമയം ഉച്ചക്ക് പന്ത്രണ്ടുമണി. സുഖകരമായ തണുപ്പ്. പ്രശസ്ത പത്രപ്രവർത്തകരായ ടി.വി.ആർ. ഷേണായി, ജോർജ്ജ് വർഗീസ്സ്, ഡൽഹിയിൽ ഇരുപത്തിയഞ്ചു വർഷത്തിലധികമായി താമസിക്കുന്ന ബിസ്സിനസ്സുകാരൻ ജേക്കബ്ബ് സാമുവൽ തുടങ്ങിയ പല പ്രമുഖരുമുണ്ട്. ഡൽഹിയിലെ പഴക്കമേറിയ റസ്റ്റോറന്റുകളിൽ ഒന്നാണ് 'വോൾഗ.'

തണുപ്പിനെ അകറ്റാൻ മദ്യവും തന്തൂരിചിക്കനും 'ഓർഡർ' ചെയ്തു.

മദ്യത്തിന്റെ ലിസ്റ്റു വന്നപ്പോൾ, ഓരോരുത്തരും അവരവർക്കിഷ്ടമുള്ള ഇനങ്ങൾ ഓർഡർ ചെയ്തു. തലക്കുപിടിക്കുന്ന ബ്രാൻഡി, വിസ്ക്കി, റം എന്നിവയോട് എനിക്ക് അത്ര പഥ്യമല്ലാ. രുചികരമായ റെഡ് വൈൻ, മധുരമുള്ള 'കോക്ക്ടൈൽ' എന്നിവയാണ് ഇഷ്ടം.

"ഷേണായി ഈ കോക്ക് ടൈലുകളിൽ ഏതാണ് രുചികരം?" ഞാൻ ടി. വി. ആറിനോട് ചോദിച്ചു. "മാഷേ, കോക്ക് ടൈലുകൾ സ്ത്രീകളുടെ ഡ്രിങ്കാണ്. പുരുഷന്മാരുടെ ഡ്രിങ്ക് റം, ബ്രാൻഡി, വിസ്ക്കി എന്നിവയാണ്. കുമ്പളങ്ങിക്കാരനായ മാഷിന് ലേഡീസ് ഡ്രിങ്ക് പറ്റുമോ?" ഷേണായി എന്നെ കളിയാക്കി.

"ഷേണായി, ഞങ്ങൾ കുമ്പളങ്ങിക്കാരുടെ ഇഷ്ട മദ്യം കള്ളും കണ്ണുനീരു പോലുള്ള ചാരായവുമാണ്. എനിക്ക് രുചികരമായ എന്തെങ്കിലും മതി" ഞാൻ ഷേണായിയോട് പറഞ്ഞു.

"മാഷേ, ബ്ലഡിമേരിയും വെർജിൻമേരിയുമുണ്ട്. രണ്ടും രുചികരമാണ്" ഷേണായി 'കോക്ക്ടൈൽ' വർഗത്തിലെ രണ്ടെണ്ണം നിർദേശിച്ചു.

'ബ്ലഡിമേരി'യിൽ 'വോഡ്ക', ടുമാറ്റോ ജൂസ്സ്, ഫ്രഷ് ലൈം, പെപ്പർസോസ് എന്നിവയുണ്ട്. ഗ്ലാസ്സ് ഉപ്പിൽ കമഴ്ത്തി വയ്ക്കുന്നത് കൊണ്ട് ചുറ്റും ഉപ്പുണ്ടാകും. കുടിക്കുമ്പോൾ വോഡ്ക്കായുടെ തരിതരിപ്പും, ടുമാറ്റോയുടെ അല്പം മധുരവും, ചെറുനാരങ്ങായുടെ പുളിപ്പും, കുരുമുളകിന്റെ എരിവും ചേർന്ന ഒരു പ്രത്യേക രുചികിട്ടും. 'വെർജിൻമേരി'യിൽ വോഡ്ക്കായില്ല. പക്ഷേ കുടിക്കാൻ രസകരമാണ്" ഷേണായി മദ്യത്തിലുള്ള അദേഹത്തിന്റെ ആഴത്തിലുള്ള അറിവ് എന്നോട് പറഞ്ഞു.

"മാഷ്ക്ക് വേറൊരു കാര്യം അറിയുമോ?. ഒരു റസ്റ്റോറന്റിൽ നടന്നതാണ്. ഒരാൾ ബയററോട് 'വെർജിൻമേരി' ചോദിച്ചു. അടുത്ത മേശ

പ്രൊഫ. കെ.വി. തോമസ്

യിലിരുന്ന സത്യക്രിസ്ത്യാനി ചൂടായി "ഞങ്ങളുടെ പരിശുദ്ധ കന്യകാ മറിയത്തെ അപമാനിക്കുകയോ?" ഷേണായി ചിരിച്ചുകൊണ്ടു തന്നെ ചെറുകഥ അവസാനിപ്പിച്ചു.

33
മുൾക്കിരീടം

"**ഈ** മുൾക്കിരീടമിതെന്തിനു നല്കി
സ്വർഗ്ഗസ്ഥനായ പിതാവെ"

വേൾഡ് സ്പേസ്സ് ചാനലിലൂടെ ഒഴുകുന്ന ഈ പാട്ടു കേട്ടു കൊണ്ടാണ് രാത്രി ഒരു മണിക്ക് ഞാൻ വീട്ടിൽ കയറി ചെല്ലുന്നത്. പതിവിനു വിപരീതമായി എന്റെ ഭാര്യയോടൊപ്പം മരുമകൾ ലക്ഷ്മിയും എന്നെ കാത്ത് ഇരിപ്പുണ്ട്. എത്ര രാത്രി വൈകി ചെന്നാലും, ഷെർളി ഞാൻ ചെന്നിട്ടേ ഉറങ്ങൂ. ഇപ്പോൾ കൂട്ടിന് മരുമകൾ ലക്ഷ്മിയുമുണ്ട്.

"എന്താണ് അമ്മായിയമ്മയും മരുമകളും ഒന്നിച്ച്!" ഞാൻ തമാശ യോടെ ചോദിച്ചു.

"അതെ ഡാഡി, അമ്മ ഈ കുരിശു ചുമക്കാൻ തുടങ്ങിയിട്ട് വർഷം മുപ്പത്തിയേഴായില്ലേ! ഡാഡി വരാതെ അമ്മ ഉറങ്ങില്ല. ഞാനിന്ന് അമ്മയ്ക്ക് കൂട്ടിരുന്നതാ!" മരുമകൾ പറഞ്ഞു.

"നല്ല കുട്ടി" ഞാൻ മരുമകളെ അഭിനന്ദിച്ചു.

"പക്ഷേ ഡാഡി, അമ്മയുടെ മനസ്സിലെ പ്രാർത്ഥനയാണ് ഡാഡി വന്നപ്പോൾ കേട്ട പാട്ട്. ഈ മുൾക്കിരീടമിതെന്തിനു നല്കി സ്വർഗ്ഗ സ്ഥനായ പിതാവെ!" മരുമകൾ എന്നെ കളിയാക്കി.

34
വിവാഹാലോചന

ഡൽഹിയിലെ തണുപ്പുള്ള പ്രഭാതം. ഞാൻ രാത്രി താമസിച്ചാണ് കേരള ഹൗസ്സിലെത്തിയത്. യാത്രാക്ഷീണവും തണുപ്പും മൂലം ഞാൻ ഗാഢനിദ്രയിലാണ്. ഫോൺ ബെൽ കേട്ട് പെട്ടെന്ന് ഞാൻ ഉണർന്നു.

"മനോരമ പരസ്യം കണ്ടു. ഞങ്ങൾക്ക് രണ്ടാം വിവാഹമാണെ ങ്കിലും വിരോധമില്ല." ഫോണിന്റെ മറുതലയിൽ നിന്ന് ശബ്ദം ഉയർന്നു.

"ആരാ വിളിക്കുന്നത്." ഞാൻ ചോദിച്ചു.

"പെൺകുട്ടിയുടെ അച്ഛനാണ്. അവൾക്കും രണ്ടാം കല്ല്യാണമാണ്. ആദ്യ വിവാഹത്തിലെ ഭർത്താവ് അപകടത്തിൽ മരിച്ചു. കുട്ടികളില്ല. മുപ്പത്തിയഞ്ചു വയസ്സുണ്ട്. തിരുവനന്തപുരം സെക്രട്ടറിയേറ്റിൽ ജോലി യുണ്ട്."

മറ്റേത്തലയ്ക്കൽ നിന്നും നിർത്താതെ സംസാരം തുടരുകയാണ്.

"അതിന് ഞാൻ......." ഫോണിലൂടെ സംസാരിക്കാൻ ഞാൻ ശ്രമിച്ചെ ങ്കിലും പെൺകുട്ടിയുടെ അച്ഛൻ വിടുന്ന ലക്ഷണമില്ല.

"അതൊക്കെ ഞങ്ങൾ അന്വേഷിച്ചു. അല്പം പ്രായം അവളെക്കാൾ ഉണ്ടെന്നറിയാം. സാരമില്ല."

"നിങ്ങൾ ഒരു മിനിറ്റ് സമയം എനിക്കു തരുമോ? വിനയപൂർവ്വം ഞാൻ പെൺകുട്ടിയുടെ അച്ഛനോട് പറഞ്ഞു.

"അതിനെന്താ! അവൾക്ക് ജോലിയുണ്ട്. സ്ത്രീധനമായി നല്ലൊരു തുക തരാം. തിരുവനന്തപുരത്ത് അവൾക്ക് സ്വന്തം ഫ്ളാറ്റുണ്ട്. പോരെ! പെൺകുട്ടിയുടെ അച്ഛൻ 'ഓഫറു'കൾ നിരത്തി.

"ഞാനൊന്നു പറഞ്ഞോട്ടെ! നിങ്ങൾ ആരെയാണ് വിളിച്ചത്. ഏതു നമ്പറാണ്." ഞാൻ ചോദിച്ചു.

"പത്രത്തിൽ പരസ്യം നല്കിയാളെ. നമ്പർ 9847017150. എല്ലാ വിവരവും ഞങ്ങൾ അന്വേഷിച്ചു കഴിഞ്ഞു. അതല്ലെ വിളിച്ചത്." കുട്ടിയുടെ അച്ഛന് യാതൊരു കൂസലുമില്ല.

"നിങ്ങൾക്ക് ഒരു ചെറിയ തെറ്റുപറ്റി. ഈ നമ്പർ 9847077150 ആണ്. നിങ്ങൾ ഡയൽ ചെയ്തപ്പോൾ ഒന്നിന്റെ സ്ഥാനത്ത് ഏഴു വന്നതാണ്." ഞാൻ സൗമ്യമായി അറിയിച്ചു.

"അയ്യോ ക്ഷമിക്കണെ! സാറാരാണ്?" കുട്ടിയുടെ അച്ഛന്റെ സ്വരത്തിൽ ഒരു ക്ഷമാപണം.

"ഞാൻ കെ.വി. തോമസ്സാണ്." ചിരിച്ചുകൊണ്ട് ഞാൻ മറുപടി പറഞ്ഞു.

"സാറെ ക്ഷമിക്കണം! ഏതായാലും സാറിനോട് ഫോണിൽ സംസാരിക്കാൻ കഴിഞ്ഞല്ലോ. പത്രത്തിൽ കണ്ട പരസ്യം അനുസരിച്ച് ഞങ്ങൾ അന്വേഷണം നടത്തി. ഞങ്ങൾക്ക് ചെറുക്കനെ ഇഷ്ടപ്പെട്ടു. അതാണ്

വിളിച്ചത്! പക്ഷേ നമ്പർ മാറിപ്പോയി. സാറിനു സുഖമല്ലേ! ഈ കല്ല്യാണം നടക്കുകയാണെങ്കിൽ സാറിനെ ഞങ്ങൾ തീർച്ചയായും ക്ഷണിക്കും. സാറ് വരണം". പെൺകുട്ടിയുടെ അച്ഛന്റെ സംഭാഷണ ചാതുരി എനിക്കിഷ്ടമായി.

"എനിക്ക് കല്ല്യാണ ആലോചനകൾ വരുന്നുണ്ട്. രാവിലെ ഫോണിൽ ഒരന്വേഷണം വന്നു." ഞാൻ കൊച്ചിയിലെ വീട്ടിൽ വിളിച്ച് ഷെർളിയോട് പറഞ്ഞു.

"നിങ്ങൾ ഡൽഹിയിൽപോയി എന്തൊക്കെയാണ് ഒപ്പിക്കുന്നത്. നിങ്ങളാളു ശരിയല്ല!" ഷെർളി പരിഭവത്തോടെ പറഞ്ഞു.

"ഷെർളി, ഇതൊരു തമാശയാണ്. കല്ല്യാണം ആലോചിച്ചത് എനിക്കല്ല. വിളിച്ച നമ്പർ മാറിപ്പോയതാണ്." ഞാൻ ഷെർളിയെ സമാധാനിപ്പിച്ചു.

"നിങ്ങളെ എനിക്കറിയില്ലേ! ഞാനില്ലാത്തപ്പോൾ എന്തൊക്കെ ഗുലുമാലാ നിങ്ങൾ ചെയ്യാൻ പോകുന്നത്. ഒരു കാര്യം ഓർക്കണം. വയസ്സ് അറുപത്തിയൊന്നായി. മക്കൾ മൂന്ന്. കൊച്ചുമക്കൾ നാല്. ഈ ഫോൺ കളിയൊന്നും വേണ്ടാ." ഷെർളിയുടെ ദേഷ്യം തീരുന്നില്ല.

35

ഞങ്ങൾ ഗാന്ധിയന്മാർ

കുമ്പളങ്ങിക്കാരുടെ പ്രധാന കായിക വിനോദം വോളീബോൾ ആയിരുന്നു. കുമ്പളങ്ങി സെന്റ് പീറ്റേഴ്സ് സ്കൂൾ ഗ്രൗണ്ടിലായിരുന്നു കളി. വൈകുന്നേരം നാലു മണിക്ക് സ്കൂൾ വിട്ടുകഴിഞ്ഞാൽ വോളീബോൾ തുടങ്ങും. നാങ്കേരി കൊച്ചു ജൂസ, പുത്തൻവീട്ടിൽ അഗസ്റ്റിൻ മാസ്റ്റർ, ചായക്കട നടത്തുന്ന ബോസ് എന്നിവർ ഞങ്ങളുടെ 'ഹീറോ'മാരായിരുന്നു. കോതാട്, തോപ്പുംപടി, മുണ്ടംവേലി, മതിലകം തുടങ്ങിയ സ്ഥലങ്ങളിൽ ഞങ്ങൾ കളിക്കാൻ പോകുമായിരുന്നു. ടീമിനോടൊപ്പം കുറെ നാട്ടുകാരും പിൻബലത്തിനായി പോകും. ഞങ്ങളുടെ ടീമിനെ

പ്രൊഫ. കെ.വി. തോമസ്

കയ്യടിച്ചും, മറുഭാഗത്തെ കൂവിയും ഈ മത്സരങ്ങളിലെല്ലാം ഞങ്ങൾ കുമ്പളങ്ങിക്കാർ സജീവമായി പങ്കെടുത്തു. കളി ജയിച്ചാൽ, ട്രോഫി തലയിലേന്തി ജാഥയായി കുമ്പളങ്ങിയിലെത്തും. വരുന്ന വഴിയിലുള്ള കള്ളുഷാപ്പുകൾ സന്ദർശിച്ചുകൊണ്ടായിരിക്കും ഈ ജാഥ. അതു കൊണ്ട് അല്പം ചൂടും വീറും ജാഥയ്ക്ക് ഏറും. കളിയിൽ തോറ്റാൽ വലിയ ബഹളം കൂടാതെ തിരിച്ചുപോരും.

ഒരിക്കൽ ഞങ്ങൾ തോപ്പുംപടിയിൽ വോളീബോൾ മത്സരത്തിനു പോയി. എതിർ ടീമിൽ പ്രഗൽഭനായ വോളീബോൾ താരം ഫാക്ടിലെ പപ്പനായിരുന്നു. പപ്പന്റെ ഇടിമുഴക്കമുള്ള 'സ്മാഷി'ൽ ഞങ്ങൾ ദയ നീയമായി തോറ്റു.

നാട്ടിൽ തിരിച്ചുവന്നപ്പോൾ പലരും മത്സരത്തെക്കുറിച്ച് ചോദിച്ചു

"പപ്പന്റെ അടി മിന്നൽ വേഗത്തിലായിരുന്നു. ഞങ്ങൾ ഗാന്ധിയ ന്മാരായിരുന്നതുകൊണ്ട് തിരിച്ചടിച്ചില്ല." തോറ്റ കുമ്പളങ്ങി ടീമിലെ ഒരംഗം മറുപടി പറഞ്ഞു.

36

ഒരു വണ്ടി പോഴന്മാർ

കുമ്പളങ്ങി-പെരുമ്പടപ്പ് പാലം വന്നിട്ടില്ല. കണ്ണമാലി, കണ്ടക്കടവ് വഴി കുമ്പളങ്ങിക്കെത്താം. പക്ഷേ, ബസ്സ് സർവ്വീസ് ഇല്ല. കാറുകൾ വരും.

ഞങ്ങൾ എല്ലാവരുംകൂടി എറണാകുളം എം.എൽ.എ. ജേക്കബ് ചേട്ടനെ കണ്ട്, എറണാകുളം-തോപ്പുംപടി-കണ്ണമാലി-കണ്ടക്കടവ്-കുമ്പളങ്ങി നോർത്ത് റൂട്ടിൽ ഒരു ബസ്സിടുന്ന കാര്യം പറഞ്ഞു.

"ഏതെങ്കിലും പോഴൻമാർ ആ റൂട്ടിൽ പോകുമോടോ?" ജേക്കബ് ചേട്ടൻ ഞങ്ങളോടു ചോദിച്ചു. അല്പം വളഞ്ഞ റൂട്ടാണിത്. യാത്രക്കാർ ഉണ്ടാവുമോ എന്ന സംശയമുണ്ട്. ഏതായാലും ഞങ്ങളുടെ നിർബന്ധത്തിനു വഴങ്ങി ജേക്കബ് ചേട്ടൻ കളക്ടറോട് വിളിച്ചുപറഞ്ഞു. ബസ്സും അനുവദിച്ചു. വണ്ടി കുമ്പളങ്ങി സെന്റ് ജോർജ്ജ് പള്ളിമുറ്റത്തെത്തിയപ്പോൾ ചെണ്ടമേളത്തോടെ ഞങ്ങൾ സ്വീകരിച്ചു. കുറച്ചു ദിവസങ്ങൾകൊണ്ട് ബസ്സിൽ നിറയെ യാത്രക്കാരായി. തൂങ്ങിപ്പിടിച്ചായി പിന്നീട് യാത്ര. പക്ഷേ, കണ്ണമാലിയിലും കണ്ടക്കടവിലും വണ്ടി എത്തുമ്പോൾ അവിടെയുള്ളവർ കൂകി വിളിക്കും. "ദാ, ഒരു വണ്ടി പോഴൻമാർ."

37

കാമുകി

"**നി**ങ്ങളുടെ കുമ്പളങ്ങിയിലെ കാമുകി മരിച്ചെന്ന് ആന്റപ്പൻ വിളിച്ചു പറഞ്ഞു. വേഗം പോയ്ക്കോ! പഴയ കാമുകിയല്ലേ!" രാവിലെ ഭാര്യ ഷേർളി ദേഷ്യത്തിലാണ്.

ആന്റപ്പൻ കുമ്പളങ്ങി മണ്ഡലം പ്രസിഡന്റും, കുടുംബ സുഹൃത്തു മാണ്. വീട്ടിലെ നിത്യ സന്ദർശകൻ. മാത്രമല്ല ഞങ്ങൾ കുമ്പളങ്ങി സെന്റ് പീറ്റേഴ്സിൽ ഒന്നിച്ച് പഠിച്ചതുമാണ്. "എന്താടൊ താൻ രാവിലെ ഷെർളിയോട് വിളിച്ചു പറഞ്ഞത്. എന്റെ പഴയ കാമുകി മരിച്ചെന്നോ! ഏത് കാമുകി?" ഞാൻ ആന്റപ്പനോട് ഫോണിൽ ചൂടായി.

"മാഷെ നമ്മുടെ കൂടെ സ്കൂളിൽ പഠിച്ചിരുന്ന പുത്തൻ ചക്കാല ക്കൽ മേരിയെ ഓർക്കുന്നില്ലേ! സെന്റ് പീറ്റേഴ്സ് സ്കൂളിൽ നമ്മൾ പഠിക്കുമ്പോൾ 'തെരുവീഥി' എന്ന നാടകം കളിച്ചു. അതിൽ മാഷ് നായകനും മേരി മാഷിന്റെ കാമുകിയും ആണ്. കുമ്പളങ്ങി പഴങ്ങാട്ട് പള്ളിക്കു സമീപമാണ് മേരിയെ കെട്ടിച്ചയച്ചത്. ഇന്നലെ രാത്രി മരിച്ചു.

ഇന്ന് പതിനൊന്ന് മണിക്കാണ് ശവസംസ്കാരം. മാഷ് തീർച്ചയായും വരണം' ആന്റപ്പൻ എന്നോട് പറഞ്ഞു.

"ഷെർളി, മരിച്ചത് ഞാൻ സ്കൂളിൽ പഠിച്ചിരുന്നപ്പോൾ എന്റെ കൂടെ നാടകത്തിൽ അഭിനയിച്ച മേരിയാണ്. അന്ന് നാടകത്തിൽ ഞാൻ കാമുകനും മേരി കാമുകിയുമാണ്. ആ മേരിയാണ് മരിച്ചത്." ഷെർളിയെ ഞാൻ ഒന്നു തണുപ്പിക്കാൻ ശ്രമിച്ചു.

"നിങ്ങൾ വൈക്കം മുഹമ്മദ് ബഷീറാകാൻ ശ്രമിക്കേണ്ട! അദ്ദേഹത്തിനും കുറെ കാമുകിമാർ ഉണ്ടായിരുന്നല്ലോ! നിങ്ങൾക്ക് എവിടെയൊക്കെ കാമുകിമാർ ഉണ്ടെന്ന് ആർക്കറിയാം! സ്കൂളിൽ കാമുകി, ചെല്ലുന്നെടുത്തെല്ലാം കാമുകി. സൂക്ഷിച്ചോ?!"

ഷെർളി രൂക്ഷമായി നോക്കിക്കൊണ്ട് എനിക്ക് മുന്നറിയിപ്പ് നല്കി

38

കാലവും കോലവും

ഒരു കാലത്ത് കുമ്പളങ്ങിയിലെ കർഷകരുടെ പ്രധാനവരുമാനം തേങ്ങയും നെല്ലുമായിരുന്നു. ഓരോ നാല്പത്തിയഞ്ചാം ദിവസവും തെങ്ങുകയറും. ചില പ്രമാണിമാർക്ക് നാല്പത്തിയഞ്ചു ദിവസവും തെങ്ങുകയറ്റം ഉണ്ടായിരുന്നു. അതുപോലെ തന്നെ നെൽപ്പാടങ്ങളിൽ പൊക്കാളി കൃഷിയും, കൃഷികഴിഞ്ഞാൽ പാടത്ത് ഉപ്പുവെള്ളം കയറ്റി ചെമ്മീൻ കൃഷിയും. വീടുകളിൽ അമ്മമാർ കോഴി, താറാവ് എന്നിവ വളർത്തിയിരുന്നു. ഇവയുടെ മുട്ടകൾ വീട്ടിലെ ആവശ്യത്തിന് ഉപയോഗിക്കില്ല. എല്ലാം കൂട്ടിവച്ച് മുട്ടക്കാരന് വില്ക്കും. വീടുകളിൽ നിന്ന് മുട്ട ശേഖരിക്കുവാൻ കുട്ടയും ചുമന്ന് ഒരു വല്യപ്പൻ വന്നിരുന്നു. "മുട്ടയുണ്ടോ, മുട്ട" ഇങ്ങനെ ശേഖരിക്കുന്ന മുട്ട എല്ലാ ബുധനാഴ്ചയും വെള്ളിയാഴ്ചയും വല്യപ്പൻ കുമ്പളങ്ങി-മട്ടാഞ്ചേരി ബസ്സിൽ കയറ്റി മട്ടാഞ്ചേരി ബസാറിൽ വില്ക്കും. മുട്ടക്കുട്ടയുമായി വല്യപ്പൻ ബസ്സിൽ സ്ത്രീകളിരിക്കുന്ന മുൻപിലെ കയറു. "മക്കളെ കാലൊന്നകത്യേ. വല്യപ്പന്റെ മുട്ട നിങ്ങളുടെ കാലിന്റെ അടിയിലോട്ടൊന്നു വെച്ചേക്കട്ടെ.

പ്രൊഫ. കെ.വി. തോമസ്

പൊട്ടിക്കല്ലേ" വല്യപ്പന്റെ അപേക്ഷകേട്ട് ബസ്സിലുള്ളവരെല്ലാം പൊട്ടി ച്ചിരിക്കും. തെങ്ങുകയറാൻ വേലൻ വരുമ്പോൾ ഞങ്ങൾ കുട്ടികൾ കരിക്കുചോദിക്കും. 'മക്കളെ, കരിക്കുവെട്ടണ വാക്കത്തി കൊണ്ടുവന്നി ട്ടില്ല. അടുത്ത തവണയാകട്ടെ' അടുത്തതവണയും വേലൻ ഇതുതന്നെ ആവർത്തിക്കും. കാരണം കരിക്കുവെട്ടിയാൽ തേങ്ങകുറയില്ലേ. നെല്ലു പുഴുങ്ങി, ഉണക്കിക്കുത്തിയാണ് അരിയുണ്ടാക്കുന്നത്. കഞ്ഞിക്ക് രണ്ടായി നുറുങ്ങിയ പൊടിയരി. ഉച്ചക്കത്തെ ചോറിന് പ്രത്യേക അരി. രാത്രിയിലെ കഞ്ഞിക്ക് വേറെ അരി. ഓരോന്നിനും നെല്ലുപുഴുങ്ങു ന്നത് പ്രത്യേകരീതിയിൽ. ഊണുകഴിക്കുമ്പോഴോ, കഞ്ഞികുടിക്കു മ്പോഴോ ഒരു വറ്റ് ചോറ് താഴെ വീഴാൻ സമ്മതിക്കില്ല. വീണാൽ പെറു ക്കിതിന്നണം. ഇന്നത്തെ പോലെ മേശപ്പുറത്ത് പ്ലേറ്റിലല്ല ഭക്ഷണം. നിലത്ത് 'കൊരണ്ടി' പലകയിൽ ഇരുന്ന് മൺചട്ടിയിൽ നിന്ന് കഴി ക്കണം. കഞ്ഞിയാണെങ്കിൽ ചെറുചൂടോടെ പഴുത്ത പ്ലാവിൻ കുമ്പിളി ലാണ് കുടിക്കുന്നത്. കറി, പപ്പടം ചുട്ടത്. ചുവന്ന ഉണക്കമുളക് ഉപ്പു വെള്ളത്തിൽ മുക്കി ഒന്നുകടിക്കാം. ഞായറാഴ്ച മാത്രം പശുയിറച്ചി. പെരുന്നാളിനും കല്ല്യാണത്തിനും മാമോദീസായ്ക്കും താറാവ്, കോഴി, പോർക്ക്, മീൻ സ്പെഷലുകൾ. ഇന്നത്തെ 'കുക്കി'ന്റെ സ്ഥാനത്ത് അന്ന് 'കോക്കി'കൾ. കാലംമാറി, ഭക്ഷണരീതികൾ മാറി. കഞ്ഞി 'കഞ്ഞി'യായി.

ചപ്പാത്തി, റുമാൽറൊട്ടി, പൊറോട്ട, ബിരിയാണി, ബേക്കറി സാധനങ്ങൾ എല്ലാം ഗ്രാമത്തിലേക്കു ചേക്കേറി. ഗ്രാമീണവിഭവങ്ങൾ വിസ്മൃതിയിലായി. ഇന്നത്തെപോലെ പച്ചക്കറികൾ തമിഴ്നാട്ടിൽ നിന്ന് ലോറിക്ക് കൊണ്ടുവരേണ്ട കാര്യമില്ല. എല്ലാവീടുകളിലും ആവശ്യത്തിന് ചീരയും പാവയ്ക്കയും പീച്ചിങ്ങയും മത്തനും കൃഷിചെയ്തിരുന്നു. ഒരുമാവില്ലാത്ത വീടില്ല. പത്ത് മൂട് കപ്പയും കുറച്ച് വാഴയും ചേമ്പും ഒക്കെ വീട്ടുവളപ്പിൽ തന്നെയുണ്ട്. കാശുകൊടുത്ത് പച്ചക്കറികൾ ആരും വാങ്ങിയിരുന്നില്ല. കല്ല്യാണം, ജനനം, മാമോദീസ, മരണം, ഏഴടിയന്തിരം, മുപ്പതടിയന്തിരം തുടങ്ങി എല്ലാത്തിനും ഗ്രാമവാസികളുടെ കൂട്ടായ്മയുണ്ടായിരുന്നു. കല്ല്യാണത്തിന് ഒരുമാസം മുമ്പുതന്നെ ബന്ധുക്കളും അയൽവാസികളും ഒത്തുചേരും. നെല്ലു പുഴുങ്ങി കുത്തി അരിയുണ്ടാക്കും. ചുവന്നമുളകും മല്ലിയും മഞ്ഞളും എല്ലാം ഉരലിലിട്ട് പൊടിച്ചെടുത്ത് സൂക്ഷിക്കും. നാട്ട് പലഹാരങ്ങളായ അച്ചപ്പവും കുഴലപ്പവും സുകിയനും നെയ്യപ്പവും അവലോസുണ്ടയും ഉണ്ടാക്കും. മാങ്ങ, പുളി, ഇഞ്ചി, ഉള്ളി അച്ചാറുകൾ തയ്യാറാക്കി ഭരണിയിൽ സൂക്ഷിക്കും. പുട്ട്, അപ്പം തുടങ്ങിയവയ്ക്കുള്ള അരിപ്പൊടി പ്രത്യേകം പൊടിച്ചെടുക്കും. 'കോക്കിയെ(ഇന്നത്തെ കുക്ക്) വിളിപ്പിച്ച് സദ്യയ്ക്കുവേണ്ട കറികൾ തീരുമാനിക്കും. ക്രിസ്ത്യൻ വീടുകളിൽ, കല്ല്യാണമാണെങ്കിൽ ഒരു പശുവിനെത്തന്നെ കൊന്ന് ഭക്ഷണം കൊടുക്കുവാൻ തീരുമാനിക്കുകയും ആ വിവരം നാടുമുഴുവൻ അറിയിക്കുകയും ചെയ്യും. കല്ല്യാണത്തിനു കൊല്ലാനുള്ള പശുവിനെ നേരത്തെ കണ്ടെത്തി ആഘോഷമായി കല്ല്യാണവീട്ടിൽ കൊണ്ടുവന്ന് മുറ്റത്ത് കെട്ടിയിടും. ഇന്നത്തെപ്പോലെ റെഡിമെയ്ഡ് പന്തലുകളും കല്ല്യാണ 'ഹോളു'കളും അന്നില്ല. കല്ല്യാണം, മാമോദീസ, തുടങ്ങി എല്ലാചടങ്ങുകൾക്കും നാട്ടുകാരുതന്നെയാണ് പന്തലിടുന്നത്. മുളയും കവുങ്ങും ഓലയും എല്ലാം ശേഖരിക്കും. ടർപ്പോളിൻവരുന്നത് പിന്നീടാണ്. ക്രൈസ്തവവീടുകളിൽ പന്തലിന്റെ കാൽനാട്ടുകർമ്മം ഒരുചടങ്ങാണ്. പന്തലിന്റെ പ്രധാനകാൽനാട്ടാനുള്ള കുഴിയുണ്ടാക്കും. അതിൽ പതിരിഞ്ഞപ്പൻ[1], കുമ്പാരി[2], അളിയൻ[3]

1. പതിരിഞ്ഞപ്പനും, പതിരിഞ്ഞമ്മയും:-കുഞ്ഞായിരിക്കുമ്പോൾ വധുവിനെയോ വരനേയോ മാമോദീസക്ക് പള്ളിയിൽ കൊണ്ടുപോയി കർമ്മം നടത്തുന്നവർ.

2. കുമ്പാരി :- വീട്ടുകാരൻ 'തലതൊട്ടിട്ടുള്ള' (മാമോദീസ കർമ്മം ചെയ്തിട്ടുള്ള) കുട്ടികളുടെ അപ്പനും അമ്മയും.

3. അളിയൻ - പെങ്ങളുടെ ഭർത്താവ്, ഭാര്യയുടെ ആങ്ങള.

തുടങ്ങിയ എല്ലാവരും അവരവരുടെ നിലയനുസരിച്ച് പൈസ ഇടും. ആ പൈസയെടുത്താണ് പന്തലുപണിക്കാർക്കുള്ള കള്ള് വാങ്ങിക്കുന്നത്. പന്തലിന്റെ ആദ്യത്തെ കാലിടുന്നത് പതിരിഞ്ഞപ്പനാണ്. കല്ല്യാണത്തിന് ഓരോവീട്ടിലും പോയി നേരിട്ട് വിളിക്കണം. "അടുത്തതിന്റെ പിന്നത്തെ ഞായറാഴ്ച നടക്കുന്ന ഞങ്ങളുടെ മകളുടെ / മകന്റെ കല്ല്യാണത്തിന് തലേദിവസമേ നിങ്ങൾ എല്ലാവരും കൂടി വന്ന് പങ്കെടുക്കണം" ഇതാണ് അംഗീകരിക്കപ്പെട്ട ക്ഷണവാചകം. ബന്ധുക്കളാണെങ്കിൽ ഒരാഴ്ചക്കുമുമ്പേ വരാൻപറയണം. ക്ഷണവാചകത്തിൽ അല്പം തെറ്റിയാൽ വഴക്കായി, കല്ല്യാണത്തിനു വരില്ല എന്നുമാത്രമല്ല സ്നേഹബന്ധവും മുറിയും. ഇന്നത്തെപോലെ ക്ഷണക്കത്ത് അയക്കുകയും ഫോൺ വിളിക്കുകയും ചെയ്യുന്ന ഏർപ്പാട് അന്നില്ല. കല്ല്യാണം, മാമോദീസ തുടങ്ങിയ കാര്യങ്ങൾ എല്ലാവരുടെയും സൗകര്യത്തിന് ഞായറാഴ്ചയായിരിക്കും.

മരിച്ചാൽ, മരണമറിയിപ്പ് കൊണ്ടുപോകുന്നത് വീടുകളുമായി ബന്ധപ്പെട്ട് പണിയെടുക്കുന്ന പുലയരാണ്. കുറിമാനം എഴുതിക്കൊടുത്തയക്കും. ക്രൈസ്തവ ശവമെടുപ്പിന് അടുത്തുള്ള എല്ലാപള്ളികളിൽ നിന്നും കുരിശും 'അച്ചന്മാരും' വരും. മരിച്ചയാളുടെ പ്രൗഢിക്കനുസരിച്ച് കുരിശിന്റെയും 'അച്ചന്മാ'രുടെയും എണ്ണം കൂടും. മെത്രാൻ വന്നാൽ ബഹുകേമമായി. അന്ന് ഇന്നത്തെപ്പോലെ എം. എൽ. എ., എം. പി. മന്ത്രി എന്നിവരൊന്നും വരാറില്ല. ഒരിക്കൽ ജയിച്ച എം. പി.യും, എം. എൽ. എയും പിന്നീട് കാണുന്നത് അടുത്ത തിരഞ്ഞെടുപ്പിനാണ്. പള്ളിപ്പെരുന്നാളിനും ശവസംസ്കാരത്തിനും ബാന്റുമേളമുണ്ട്. പള്ളി പെരുന്നാളിന് ചെണ്ടയോടൊപ്പം സിനിമ പാട്ടുകൾ വായിക്കുന്ന 'ബാന്റുകൾ' ഒരു ഹരം തന്നെയാണ്. ശവസംസ്കാര ചടങ്ങിലെ 'ബാന്റ്' വായന ശോകഗാനങ്ങളാണ്. ശവസംസ്കാരം കഴിഞ്ഞാൽ മരിച്ച വീട്ടിൽ പഷ്ണി കഞ്ഞിയുണ്ട്. ഏഴിനും മുപ്പതിനും പച്ചക്കറി സദ്യ തന്നെയുണ്ടാകും. അടുത്തകാലത്ത് കുമ്പളങ്ങിയിൽ ഞാൻ ഏഴിനും, മുപ്പതിനും ചെന്നപ്പോൾ മീനും ഇറച്ചിക്കറിയും വിളമ്പുന്നതുകണ്ടു. മരിച്ചയാൾ ഇതുരണ്ടും ധാരാളം കഴിച്ചിരുന്നതുകൊണ്ടാണ് 'നോൺ' ആക്കിയതെന്ന് ബന്ധുകൾ പറഞ്ഞു. ഇപ്പോൾ 'പഷ്ണി' കഞ്ഞിക്കു പരിഷ്കാരമായി. പണ്ട് ഒരു വീട്ടിൽ മരണം നടന്നാൽ ശവസംസ്കാരം കഴിയുന്നതു വരെ ചായപോലും ഉണ്ടാക്കില്ല. എല്ലാവരും പട്ടിണിയിൽ. ശവസംസ്കാരം കഴിയുമ്പോൾ എല്ലാവരും കൂടി കഞ്ഞി, ചെറുപയർ

കറി, പപ്പടം ചുട്ടത് എന്നിവചേർത്ത് എല്ലാവർക്കും സദ്യ. അതു കൊണ്ടാണ് 'പഷ്ണി' കഞ്ഞി എന്ന പേരുവന്നത്. ഇപ്പോൾ അടുത്ത വീട്ടിൽ ഭക്ഷണം ഉണ്ടാക്കും. എല്ലാവരും അവിടെ പോയി കഴിക്കും. ശവസംസ്കാരം കഴിയുമ്പോൾ കട്ടൻ ചായയും ബിസ്കറ്റും സിമി ത്തേരിയിൽ നല്കും. കാലം മാറുന്നു. കോലവും.

39

തല്ലുകാരൻ ഗാന്ധി

മൂന്നാം ക്ലാസ്സിലെ കുട്ടികൾക്ക് രാഷ്ട്രപിതാവ് മഹാത്മാഗാന്ധിയുടെ ജീവചരിത്രം അദ്ധ്യാപിക വിവരിച്ചു കൊടുക്കുകയായിരുന്നു. ജനി ച്ചത് ഗുജറാത്തിലെ പോർബന്തറിൽ. പേര് മോഹൻദാസ് കരംചന്ദ് ഗാന്ധി. അച്ഛൻ കരംചന്ദ് ഗാന്ധി. അമ്മ പുത്തലീഭായി കുട്ടികളുടെ എല്ലാ ദുശ്ശീലങ്ങളും ഗാന്ധിക്കും ഉണ്ടായിരുന്നു. പക്ഷേ വളർന്നുവന്ന പ്പോൾ തെറ്റുചെയ്താൽ മനഃസ്താപിക്കുകയും തെറ്റുതിരുത്തുകയും ചെയ്തിരുന്നു. ഒരിക്കൽ അച്ഛന്റെ പേന മോഷ്ടിച്ചു പിന്നീട് തെറ്റാ ണെന്ന് മനസ്സിലായപ്പോൾ അച്ഛനോട് നേരിട്ട് ചെന്ന് ക്ഷമ ചോദിച്ചു. ബാരിസ്റ്ററായി. ദക്ഷിണാഫ്രിക്കയിൽ വക്കീലായി. അവിടെയും വെള്ള ക്കാരുടെ മർക്കടമുഷ്ടിക്കെതിരെ ശബ്ദമുയർത്തി. ഇന്ത്യയിൽ തിരിച്ചു വന്ന് സ്വാതന്ത്ര്യസമരത്തിന് നേതൃത്വം നല്കി. അഹിംസയും സമാധാ നവും സ്നേഹവും ആയുധമാക്കി ഉപ്പു സത്യാഗ്രഹം നടത്തി. അദ്ദേഹം നടത്തിയ ദണ്ഡിമാർച്ച് പ്രസിദ്ധമാണ്. വടിയും കുത്തിപ്പിടിച്ചാണ് ബ്രിട്ടീഷുകാരുടെ നിയമം ലംഘിക്കാൻ മഹാത്മജി യാത്ര നടത്തിയത്.

മഹാത്മജിയുടെ ജീവിതത്തിലെ ഓരോ സംഭവങ്ങളും ചിത്രങ്ങളുടെ സഹായത്തോടെ ടീച്ചർ കുട്ടികളെ മനസ്സിലാക്കുകയായിരുന്നു. ദണ്ഡി മാർച്ചു വരെ ക്ലാസ്സെത്തി.

“മഹാത്മജിയെ കുറിച്ച് ഇപ്പോൾ നിങ്ങൾക്കെന്തു തോന്നുന്നു” ടീച്ചർ കുട്ടികളോട് ചോദിച്ചു. “അദ്ദേഹം നല്ലൊരു കുട്ടിയായിരുന്നു. തെറ്റു മനസ്സിലാക്കിയാൽ പിന്നീടതു ചെയ്യില്ല” ഒരു കുട്ടി പറഞ്ഞു

“സ്വാതന്ത്ര്യസമരത്തിന് അദ്ദേഹം നേതൃത്വം നല്കി” മറ്റൊരുകുട്ടി പറഞ്ഞു. “ബ്രിട്ടീഷുകാർക്കെതിരെ അഹിംസയിൽ ഉറച്ചുനിന്ന് സമരം ചെയ്തു” വേറൊരു കുട്ടിയുടെ അഭിപ്രായം

“മഹാത്മജി നല്ലൊരു തല്ലുകാരനായിരുന്നു. അതുകൊണ്ടല്ലെ വടിയും കുത്തിപ്പിടിച്ച് നടക്കുന്നത്. എന്റെ അപ്പൂപ്പനും ഇങ്ങനെ തന്നെയാ. വടി കുത്തിപ്പിടിച്ചാനടപ്പ്. ഞങ്ങളെ അടുത്തുകിട്ടിയാൽ വടികൊണ്ട് തല്ലും.” ക്ലാസ്സിലെ മറ്റൊരുവൻ യാതൊരു കൂസലും കൂടാതെ പറഞ്ഞു.

40

ഇന്ന് മന്ത്രി

കോൺഗ്രസ്സിന്റെ സീനിയറായ ഒരു നേതാവ് പാർലമെന്റ് സീറ്റി ലേക്കു മത്സരിച്ചു. തിരഞ്ഞെടുപ്പ് വേളയിൽ വോട്ട് അഭ്യർത്ഥിച്ച് അദ്ദേഹം ഇറക്കിയ പ്രസ്താവനയിൽ ഒരു കാര്യം പ്രത്യേകം ചേർത്തു. “നിങ്ങൾക്ക് എപ്പോൾ വേണമെങ്കിലും എന്നെ സമീപിക്കാം. നേരിട്ടു വന്നോളു.” നേതാവ് തെരഞ്ഞെടുപ്പിൽ ജയിച്ചു. എം. പിയായി, കേന്ദ്ര

മന്ത്രിയായി, പോലീസ്സ് സന്നാഹത്തോടെ മന്ത്രി നിയോജകമണ്ഡല ത്തിലെ സർക്കാർ ഗസ്റ്റ് ഹൗസിലെത്തി. മന്ത്രിയെ കാണാൻ ഒരു വോട്ടർ അദ്ദേഹത്തിന്റെ തെരഞ്ഞെടുപ്പ് അഭ്യർത്ഥനാ നോട്ടീസ്സുമായി എത്തി. എപ്പോൾ വേണമെങ്കിലും നേതാവിനെ കാണാമല്ലോ! പക്ഷേ, സെക്യൂരിറ്റിക്കാർ അകത്തേക്കു വിടണ്ടേ. എന്നിട്ടു വേണമല്ലോ മന്ത്രിയെ കാണാൻ. നേതാവിന്റെ തെരഞ്ഞെടുപ്പ് നോട്ടീസ്സ് കാണിച്ചിട്ടും സെക്യൂരിറ്റിക്കാർക്ക് അനക്കമില്ല.

"മത്സരിക്കുമ്പോൾ അദ്ദേഹം നിങ്ങളുടെ നേതാവാണ്, ഇപ്പോൾ മന്ത്രിയാണ്. അതുകൊണ്ട് കാത്തുനിന്നേ പറ്റൂ" ഇതായിരുന്നു സെക്യൂരിറ്റിക്കാരുടെ മറുപടി.

41

കോൺടാക്ട് കമ്മിറ്റി

അസംബ്ലി തെരഞ്ഞെടുപ്പ് അടുത്ത സമയം. കേരള പ്രദേശ് കോൺഗ്രസ്സ് കമ്മിറ്റിയുടെ 'കോൺടാക്ട് കമ്മിറ്റി' എറണാകുളത്തു കെ.പി.സി.സി. ഓഫീസ്സിൽ എത്തി. പ്രസിദ്ധനായ ഒരു കോൺഗ്രസ്സ്

നേതാവാണ് കമ്മിറ്റി ചെയർമാൻ. കമ്മിറ്റിക്കാരെ കാണാൻ വൻ തിരക്ക് സ്ഥാനാർത്ഥി മോഹികളുടേയും അവരുടെ പിന്തുണക്കാരുടെയും പ്രവാഹം. എല്ലാം കഴിഞ്ഞ് രാത്രി ഭക്ഷണത്തിന് കമ്മിറ്റി അംഗങ്ങളും എറണാകുളം ജില്ലയിലെ മുതിർന്ന നേതാക്കന്മാരും ഒന്നിച്ചുകൂടി. കുശാലായ ഭക്ഷണം കഴിഞ്ഞപ്പോൾ, കോൺടാക്ട് കമ്മിറ്റിയുടെ ചെയർമാൻ രഹസ്യമായി ഒരു കാര്യം പറഞ്ഞു. "എനിക്കൊരു സീറ്റിന്റെ കാര്യം നിങ്ങൾ കെ.പി.സി.സി. പ്രസിഡന്റിനോട് പ്രത്യേകം പറഞ്ഞേക്കണം. നിങ്ങളുടെ കാര്യം ഞാനും പറഞ്ഞോളാം."

42

വിവാഹക്കച്ചവടം

രാവിലെ എറണാകുളത്തുനിന്ന് ആലപ്പുഴവഴി തിരുവനന്തപുരത്തേക്ക് ഇന്റർ സിറ്റിയിൽ ഞാൻ യാത്ര ചെയ്യുകയാണ്.

"നീ ഉറക്കത്തിലാണോ" എന്നെ തോളിൽ പിടിച്ച് കുലുക്കി ഒരാൾ നില്ക്കുന്നു. എനിക്ക് പെട്ടെന്ന് മനസ്സിലായില്ല. ഞാൻ സംശയത്തോടെ ആളെ തുറിച്ചുനോക്കി.

"എടാ, പഴയ സക്കറിയായാണ് ഞാൻ" തേവര കോളജിൽ ബി.എസ്സി. കെമിസ്ട്രിക്ക് എന്നോടൊപ്പം പഠിച്ചിരുന്ന കാഞ്ഞിര പ്പള്ളിക്കാരൻ സക്കറിയ. കണ്ടിട്ട് വർഷങ്ങളായി. ഞാൻ സക്കറിയയെ പിടിച്ചിരുത്തി. പരസ്പരം വിശേഷങ്ങൾ കൈമാറി.

ജർമ്മനിയിൽ ജോലി ചെയ്തിരുന്ന നഴ്സിനെ കല്യാണം കഴിച്ച തോടെയാണ് സക്കറിയ ജർമ്മനിയിലെത്തിയത്. ആദ്യകാലത്ത് പെട്രോൾ ബങ്കിൽ ജോലി ചെയ്തു. പിന്നീട് റിയൽ എസ്റ്റേറ്റ് ബിസിനസ്സായി. ഇപ്പോൾ നല്ല കാലമാണ്. ഭാര്യ മരിച്ചു. ആ ബന്ധ ത്തിൽ മൂന്ന് ആൺമക്കളാണ്. അവരെല്ലാം കല്ല്യാണം കഴിച്ച് അമേരിക്ക യിൽ. ഇപ്പോൾ ആരും കൂടെയില്ല. ജർമ്മനിയിൽ തനിച്ചാണ് ജീവിതം. വർഷങ്ങൾക്കുശേഷം നാട്ടിൽ വന്നതാണ്.

"ഇനി എന്താ പരിപാടി. ഇവിടെത്തന്നെ കൂടാനാണോ ലക്ഷ്യം" ഞാൻ ചോദിച്ചു.

"ഇല്ല തോമസ്സേ. തിരിച്ചു പോകണം. എനിക്കവിടെ നല്ല ബിസിന സ്സുണ്ട്. വന്നത് പ്രത്യേക കാര്യത്തിനാണ്. മക്കളെല്ലാം അമേരിക്കയി ലല്ലേ. അവരായി അവരുടെ കുടുംബമായി. എനിക്കാണെങ്കിൽ ജർമ്മനി വിട്ടു പോകാനും പറ്റില്ല. അതുകൊണ്ട് നാട്ടിൽനിന്ന് ഒരു പെണ്ണിനെ കെട്ടണം. പാവപ്പെട്ട വീട്ടിലെ വലിയ പ്രായമില്ലാത്ത ഒരാൾ മതി" സക്കറിയ ആഗമനോദ്ദേശ്യം പുറത്തുവിട്ടു.

"എടോ തനിക്കിപ്പോ വയസ്സ് അറുപതായി കാണുമല്ലോ? ഇനി ഒരു വിവാഹം വേണോ?" ഞാൻ സക്കറിയായോടു ചോദിച്ചു.

"ശരിയാ. അറുപതു വയസ്സായി. പക്ഷേ ആരെങ്കിലും കൂടെ വേണ്ടേ? ജർമ്മനിയിൽ വേലക്കാരെ കിട്ടാൻ വളരെ ബുദ്ധിമുട്ടാ. ചെലവു കൂടും. ഇവിടെ നിന്ന് ഒരു പെണ്ണുകെട്ടിയാൽ പ്രശ്നം തീർന്നു. പ്രത്യേക ശമ്പളം കൊടുക്കേണ്ട. എല്ലാ കാര്യവും നോക്കിക്കോളും. ചെലപ്പോൾ ചെറിയൊരു സ്ത്രീധനം കിട്ടിയാൽ അതുമായി" സക്കറിയായുടെ കച്ചവടക്കണ്ണിന് മുമ്പിൽ ഞാൻ കണ്ണടച്ചുപോയി.

43

സുന്ദരി

"മാഷെ, നമുക്കൊന്നു കൂടാം. എന്റെ കയ്യിൽ ഒരു രാജകുടുംബ സുന്ദരിയുണ്ട്. വളരെ മാന്യമായി പെരുമാറുന്നവളാണ്. ആരെയും അറിയിക്കേണ്ട. നമ്മൾ രണ്ടുപേർ മതി." അമേരിക്കയിൽ പര്യടനത്തിനു പോയി മടങ്ങിവന്ന ഒരു പത്രപ്രവർത്തക സുഹൃത്ത് എന്നെ വിളിച്ചു.

"താനെന്തു വൃത്തികേടാ പറയുന്നത്. ഞാനത്തരക്കാരനൊന്നുമല്ല. തനിക്ക് എന്നോടു എന്തു വൃത്തികേടും പറയാമെന്നായോ?" ഞാൻ പതിവിൽ കവിഞ്ഞ് ചൂടായി.

"ഇല്ല മാഷെ ചൂടാകേണ്ട. ഇവൾ ഷിവാസ് റീഗലാണ്*"

---

* SHIVAS REGAL - പ്രസിദ്ധമായ ഒരു മദ്യമാണ്.

44
വ്യത്യസ്തനാം ആന്റണി

എ.കെ. ആന്റണി പ്രതിരോധ മന്ത്രിയായിട്ട് അധികം ദിവസങ്ങളായിട്ടില്ല. എം.പി. ആയിരുന്നപ്പോൾ താമസിച്ചിരുന്ന "ബ്രഹ്മപുത്ര" അപ്പാർട്ടുമെന്റിലാണ് പ്രതിരോധ മന്ത്രിയായപ്പോഴും താമസം. പിന്നീടാണ് കൂടുതൽ സൗകര്യങ്ങളുള്ള 9-കൃഷ്ണമേനോൻ മാർഗ്ഗിലേക്ക് പോയത്. മുൻപ് കരുണാകരൻ താമസിച്ചിരുന്നതും ഇതേ ബംഗ്ലാവിൽ തന്നെ. പഞ്ചാബ് മുഖ്യമന്ത്രിയായിരുന്ന ധർബാരാസിങ്ങും ഇവിടെ താമസിച്ചിട്ടുണ്ടെന്ന് പറയുന്നു. അവിടെ താമസിച്ചവരുടെ രാഷ്ട്രീയ ജീവിതം അത്ര സുഖകരമല്ലായിരുന്നു എന്നു സംസാരമുണ്ട്. ധർബാരാ സിങ്ങിന്റെയും കരുണാകരന്റെയും താഴ്ചകൾ ആരംഭിക്കുന്നതും ഇവിടെനിന്നുതന്നെ. അതുകൊണ്ട് എ.കെ. ആന്റണി 9-കൃഷ്ണ മേനോൻ മാറുന്നു എന്നറിഞ്ഞപ്പോൾ പലരുടെയും നെറ്റിചുളിഞ്ഞു. പക്ഷേ, ഇതൊന്നും ആന്റണിക്കു ബാധകമല്ലല്ലോ!

ആന്റണി ബ്രഹ്മപുത്രയിൽ താമസിക്കുമ്പോൾ ഡിസംബർ മാസത്തിലെ തണുപ്പുള്ള രാത്രിയിൽ ഞാൻ കാണാൻ ചെന്നു. സ്വറ്റർ ഇട്ടിട്ടുണ്ടെങ്കിലും നന്നായി വിറയ്ക്കുന്നുണ്ടായിരുന്നു. "എന്താ നന്നായി തണുക്കുന്നുണ്ടല്ലേ?" ആന്റണി എന്റെ വിറയൽ കണ്ടു ചോദിച്ചു.

"പിന്നെ ഡൽഹിയിലെ തണുപ്പല്ലേ. വിറക്കാതിരിക്കുവോ" ഞാൻ വിനയത്തോടെ മറുപടി പറഞ്ഞു.

ഒരു ചൂടു കട്ടൻചായ കുടിച്ചാലോ?" ആന്റണി എന്നോടു ചോദിച്ചു. ഞാൻ വിനയത്തോടെ ആന്റണിയെ നോക്കി. "പ്രതാപാ, എനിക്കും മാഷിനും ചൂടുള്ള രണ്ടു കട്ടൻ ചായ. ഓരോ ബിസ്ക്കറ്റും" ആന്റണി സന്തതസഹചാരിയായ പ്രതാപനോട് പറഞ്ഞു. എന്റെ വിസ്മയം കൂടി.

"എന്താ മാഷിങ്ങനെ തുറിച്ചു നോക്കുന്നത്." ആന്റണി എന്നോടു ചോദിച്ചു.

"എനിക്കു വിശ്വസിക്കാൻ കഴിയുന്നില്ല. ഇത്രയും വർഷത്തെ പരിചയത്തിനിടയിൽ ആദ്യമായാണ് അങ്ങ് ഒരു ഗ്ലാസ്സ് കട്ടൻചായ തരുന്നത്. കൂടെ ബിസ്ക്കറ്റും." ഞാൻ അത്ഭുതത്തോടെ പറഞ്ഞു. ഞങ്ങൾ രണ്ടാളും പൊട്ടിച്ചിരിച്ചു.

ആന്റണിയുടെ ചായസൽക്കാരം സ്വീകരിച്ചതിനുശേഷം ഞാൻ നേരെ പോയത് ഡൽഹിയിലെ പ്രസ്സ് ക്ലബ്ബിലേക്കാണ്. തലസ്ഥാന നഗരിയിലെ എല്ലാ വമ്പന്മാരും അവിടെ ഒത്തുകൂടാറുണ്ട്. പ്രത്യേകിച്ച് തണുപ്പുള്ളപ്പോൾ. ടി.വി.ആർ. ഷേണായി, ജോർജ്ജ് വർഗ്ഗീസ്, ഡി. വിജയമോഹൻ തുടങ്ങി എല്ലാവരുമുണ്ട്. 'റം' മുതൽ ചൂട് കട്ടൻചായ വരെ കഴിക്കുന്നവർ കൂടിയുണ്ട്. എല്ലാവരോടുമായി ആന്റണി എനിക്ക് കട്ടൻചായയും ബിസ്ക്കറ്റും തന്ന അസാധാരണ വാർത്ത അറിയിച്ചു. പത്രക്കാർക്കെല്ലാം വലിയ അത്ഭുതം. കാരണം ആന്റണി ചായ കൊടുത്ത ഒരു സംഭവം ആരും കേട്ടിട്ടില്ല. എല്ലാവരും എന്നോടു പറഞ്ഞു. "മാഷ് ചെലവു ചെയ്യണം. മാഷിന് എന്തോ നല്ല കാലം വരുന്നു." അങ്ങനെ പ്രസ്സ് ക്ലബ്ബിലെ അന്നത്തെ ചെലവ് എന്റേതായി.

✸

"**2007**ലെ ഓണക്കാലം. പതിവുപോലെ ഞാൻ ഡൽഹിയിലെത്തി. എന്റെ ഡൽഹി സുഹൃത്തുക്കൾക്ക് എല്ലാ ഓണക്കാലത്തും നല്കാറുള്ള ഏത്തക്കാചിപ്സ്, ശർക്കരവരട്ടി, പപ്പടം അടങ്ങിയവ ഓരോ പൊതി കൊണ്ടുവന്നിട്ടുണ്ട്. ഈ സമ്മാനങ്ങൾ അറിയുന്ന എല്ലാവർക്കും നേരിട്ടു കൊടുത്തു. പ്രധാനമന്ത്രി ഡോ. മൻമോഹൻസിങ്ങ്, കോൺഗ്രസ്സ്

പ്രസിഡന്റ് സോണിയാഗാന്ധി, മറ്റു കേന്ദ്രമന്ത്രിമാർ, പത്രസുഹൃത്തുക്കൾ ഇങ്ങനെ ഏതാണ്ട് നൂറുപേർക്ക് ഓണസമ്മാനം നല്കി. പക്ഷേ, ആന്റണിക്കു കൊടുക്കണോ, വേണ്ടയോ എന്ന് സംശയം. കൊടുത്താൽ വാങ്ങിക്കുമോ? എന്റെ വളരെ അടുത്ത ചില പത്രസുഹൃത്തുക്കളുടെ അഭിപ്രായം തേടി.

"മാഷെ, കൊടുത്തു നോക്കൂ. ഏതായാലും മറ്റുള്ളവർക്ക് ഓണസമ്മാനം നല്കിയത് ആന്റണി അറിയും. ആന്റണിക്കു നല്കിയില്ലെങ്കിൽ, അതൊരു പരിഭവമായാലോ? വാങ്ങിയില്ലെങ്കിൽ, മാഷ് ചമ്മാതെ തിരികെ കൊണ്ടുവന്നാൽ മതി" ഇതായിരുന്നു അവരുടെ ഉപദേശം.

ഞാൻ എ.കെയെ വിളിച്ച് സമയം നിശ്ചയിച്ച് 9-കൃഷ്ണമേനോൻ മാർഗ്ഗിൽ എത്തി. സമ്മാനപ്പൊതി കൈയിൽ ഭദ്രമായി സൂക്ഷിച്ചിട്ടുണ്ട്.

"എന്തുണ്ട് മാഷെ വിശേഷം. ഓണത്തിനുള്ള വരവാണല്ലെ." ആന്റണി ചോദിച്ചു.

എന്റെ ഓണക്കാഴ്ച വിതരണം ആന്റണി അറിഞ്ഞിരിക്കുന്നു എന്നു മനസ്സിലായി. അല്പം ആശ്വാസം.

"സാധാരണ എല്ലാ ഓണത്തിനും ഒരു സമ്മാനപ്പൊതി ഡൽഹിക്കാർക്ക് കൊടുക്കാറുണ്ട്. ഈ പ്രാവശ്യവും അത് മുടക്കേണ്ടെന്നു വിചാരിച്ചു." ഞാൻ ചിരിച്ചുകൊണ്ടു പറഞ്ഞു.

"നന്നായി. മാഷിന്റെ ഈ പി.ആർ. വർക്ക് ഞാൻ പലരോടും പറയാറുണ്ട്." ആന്റണി എന്നെ അഭിനന്ദിച്ചു. എനിക്ക് ഒന്നുകൂടി ടെൻഷൻ കുറഞ്ഞു.

"ഞാൻ ഒരു പൊതി കൊണ്ടുവന്നിട്ടുണ്ട്. ഈ മേശപ്പുറത്ത് വെച്ചോട്ടെ" വളരെ ഭവ്യതയോടെ പൊതി ഞാൻ മേശപ്പുറത്ത് വച്ചു.

"എടാ, ഇങ്ങു വന്നേ. മാഷുടെ ഓണസമ്മാനമാണ്. നീ വാങ്ങിച്ചോ" ആന്റണി ഇളയ മകനെ വിളിച്ചു പറഞ്ഞു. മകൻ വന്ന് പൊതി വാങ്ങി. എനിക്ക് സമാധാനമായി. ആന്റണിയുടെ കൂർമ്മബുദ്ധി അവിടെയും തെളിഞ്ഞു കണ്ടു.

ആന്റണി വാങ്ങിയില്ല. പക്ഷേ എന്നെ നിരാശനാക്കിയതുമില്ല.

✸

മറ്റൊരവസരത്തിൽ എ.കെ. ആന്റണി എന്നെ ഒന്നു ചമ്മിക്കുകയും ചെയ്തു.

ഞാൻ ഡൽഹിയിൽ ഉള്ള സമയം. തിരിച്ചു കൊച്ചിക്കു പോരാൻ ഇന്ത്യൻ എയർലൈൻസിൽ ഒരു ടിക്കറ്റെടുക്കുവാൻ കേരളാഹൗസിലെ പ്രോട്ടോകോൾ ഓഫീസർ ഗോപാലനോട് പറഞ്ഞു.

"സാറെ, നാളെ വൈകുന്നേരം ആന്റണിസാർ കൊച്ചിക്കു പോകുന്നുണ്ട്. ഡിഫൻസ് വകുപ്പിന്റെ പ്ലെയിനിലാണ് പോകുന്നത്. സാറൊന്ന് ചോദിച്ചു നോക്ക്. 8000 രൂപ ലാഭിക്കാം. നേരത്തെ എത്തുകയും ചെയ്യാം" ഗോപാലൻ ഉപദേശിച്ചു.

"എന്റെ ഗോപാലാ, എ.കെ. ആന്റണി അല്ലേ കക്ഷി. നിയമം തലനാരിഴ കീറി നോക്കുന്ന ആളല്ലേ. കൂടെ കൊണ്ടുപോകില്ല. വെറുതെ ചോദിച്ച് നാണം കെടേണ്ട."

ഞാൻ പറഞ്ഞു:

"അതെന്താ സാറെ, സാറെത്ര പ്രാവശ്യം കേന്ദ്രമന്ത്രിമാരോടൊപ്പം സ്പെഷ്യൽ എയർക്രാഫ്റ്റിൽ ഡൽഹിക്ക് വന്നിരിക്കുന്നു, കൊച്ചിക്കു പോയിരിക്കുന്നു. പോയാലൊരു വാക്ക്, കിട്ടിയാൽ 8000 രൂപ."

ഗോപാലൻ കൂടുതൽ വാചാലനായി.

"ശരി. ഫോണിൽ വിളിച്ചു നോക്കാം." ഗോപാലന് നേരിൽ ചോദിക്കാൻ ഒരു ഭയം. മുഖത്തു നോക്കി പറ്റില്ലാ എന്നു പറഞ്ഞാൽ ഞാൻ വല്ലാതെ ചമ്മുമല്ലോ.

ഞാൻ ഗോപാലനോടു പറഞ്ഞു:

"പ്രതാപാ, നാളെ എ.കെ. കൊച്ചിക്കു പോകുന്നു എന്നു കേട്ടു. സ്വന്തം വാഹനത്തിലും അല്ല. എയർ ഇന്ത്യയിൽ."

ഞാൻ എ.കെ. ആന്റണിയുടെ പ്രൈവറ്റ് സെക്രട്ടറി പ്രതാപനോടു ചോദിച്ചു.

"സാറെ, ഞാൻ ഫോൺ കൊടുക്കാം. നേരിട്ടു സംസാരിച്ചോളൂ." പ്രതാപൻ പറഞ്ഞു.

"എന്താ മാഷെ, കൊച്ചിക്കു തിരിച്ചുപോയില്ലേ?" എ.കെ. ആന്റണി എന്നോട് ഫോണിൽ ചോദിച്ചു.

"എന്റെ ജോലിയെല്ലാം കഴിഞ്ഞു. നാളെ തിരിച്ചു പോകണം. എ.കെ.

നാളെ കൊച്ചിക്കു പോകുന്നു എന്നറിഞ്ഞു. പ്രത്യേക വിമാനമാണെങ്കിൽ എന്നെക്കൂടി കൂട്ടുമോ? 8000 രൂപയുടെ ലാഭമുണ്ട്."

വളരെ ഭവ്യതയോടെ ഞാൻ പറഞ്ഞു.

"മാഷ്ക്ക് നിയമം അറിയില്ലേ? എത്ര നാളായി ഡൽഹിയിലായിട്ട്. ഇത് പ്രത്യേക വിമാനമാണ്. വേറെ ആരെയും കയറ്റാൻ പറ്റില്ലെന്ന് മാഷ്ക്ക് എന്നേക്കാൾ അറിയാമല്ലോ."

എ.കെ. തണുത്ത സ്വരത്തിൽ എന്നോടു പറഞ്ഞു.

വാദി പ്രതിയായി.

"ശരി." ഞാൻ ഫോൺ താഴെ വച്ചു.

മറ്റു കേന്ദ്രമന്ത്രിമാരോടൊപ്പം പ്രത്യേക വിമാനത്തിൽ ഞാൻ പല പ്രാവശ്യം യാത്ര ചെയ്തിട്ടുണ്ടെന്ന് പറഞ്ഞ് ആന്റണിയോട് തർക്കിക്കാനൊന്നും നിന്നില്ല. എ.കെ. പറഞ്ഞാൽ പറഞ്ഞതു തന്നെ. നിയമപരമായി അദ്ദേഹം പറഞ്ഞതാണ് ശരിയും. പക്ഷേ, മറ്റു മന്ത്രിമാർ ഇതത്ര കർക്കശമായി പാലിക്കാറില്ല എന്നു മാത്രം.

45

നമ്മുടെ ആന്റണിസാർ

"നമ്മുടെ ആന്റണിസാർ പ്രതിരോധ മന്ത്രിയായല്ലേ? എന്തൊരംഗീകാരം. വി. കെ. കൃഷ്ണമേനോനുശേഷം കേരളത്തിൽനിന്ന് ആദ്യമായി ഒരാൾ പ്രതിരോധമന്ത്രിയായതല്ലേ!" ഞാൻ എറണാകുളം മാർക്കറ്റിലുള്ള ഒരു തുണിക്കടയിൽ ചെന്നപ്പോൾ കടക്കാരൻ എന്നോട് സന്തോഷത്തോടെ പറഞ്ഞു. ആന്റണി വളരെ വർഷക്കാലം എറണാകുളത്തു താമസിക്കുമ്പോൾ തുണിക്കച്ചവടക്കാരനുമായി നല്ല സ്നേഹബന്ധത്തിലായിരുന്നു.

"മാഷെ ആന്റണിയുടെ തലയിൽ ദൈവം എഴുതിയിരിക്കുന്നത് സ്വർണ്ണക്കമ്പികൊണ്ടുപോലുമല്ല. പ്ലാറ്റിനം കമ്പികൊണ്ടാണ്. ഒന്നു നഷ്ടപ്പെട്ടാൽ അതിനേക്കാൾ വലിയ മറ്റൊന്ന്. മുഖ്യമന്ത്രിസ്ഥാനം

നഷ്ടപ്പെട്ടപ്പോൾ കേന്ദ്രപ്രതിരോധമന്ത്രി!" - കടയിലെ ജോലിക്കാരന്റെ കമന്റ്.

"പക്ഷേ എന്തു കാര്യം. സെന്റ് ആന്റണിയല്ലെ. ഒന്നും ചെയ്യില്ല. ഒരു തീരുമാനവും എടുക്കില്ല. ആർക്കും ഒരുപകാരവും ചെയ്യില്ല" - കടയിൽ തുണി വാങ്ങാൻ വന്ന ഒരാൾ പറഞ്ഞു.

"അതു ശരിയാ. കരുണാകരൻ പ്രതിരോധ മന്ത്രിയായിരുന്നെ ങ്കിൽ കാണാമായിരുന്നു പൂരം! ഇപ്പോൾതന്നെ പാക്കിസ്ഥാനുമായി യുദ്ധം തുടങ്ങുമായിരുന്നു. ആരോടെങ്കിലും ഏറ്റുമുട്ടിയില്ലെങ്കിൽ കരു ണാകരനു ഉറങ്ങുവാൻ പറ്റുമോ?" - കടയിൽ വന്ന മറ്റൊരാൾ പറഞ്ഞു.

"അതു ശരിയാ! യുദ്ധം തുടങ്ങും എന്നുമാത്രമല്ല, കൂടുതൽ യുദ്ധ വിമാനങ്ങളും പടക്കോപ്പുകളും കരുണാകരൻ വാങ്ങും. അതിന്റെ കമ്മീഷൻ രണ്ടു മക്കൾക്കും തുല്യമായി വീതിക്കും. എല്ലാ ഒന്നാം തീയതിയും എയർഫോഴ്സ് വിമാനത്തിൽ കൊച്ചിയിലെത്തി, എയർ ഫോഴ്സ് ഹെലികോപ്ടറിൽ ഗുരുവായൂർ പോയി തൊഴുത് ഡൽഹിക്ക്

തിരിക്കും. വേണ്ടിവന്നാൽ കൊച്ചുമക്കൾക്ക് കളിക്കാൻവേണ്ടി ഒരു എയർഫോഴ്സ് ഹെലികോപ്ടർ കൊച്ചിയിൽ സ്ഥിരമായി ഇടും. അതാണ് കരുണാകരൻ" - ഈ സംഭാഷണങ്ങൾ കേട്ടുനിന്ന മറ്റൊരാൾ പറഞ്ഞു.

"ആന്റണി നല്ലവനും ശുദ്ധനുമല്ലേ? പാക്കിസ്ഥാൻ പട്ടാളം നാളെ ഇന്ത്യയിലേക്കു മാർച്ച് ചെയ്താൽ ആന്റണി ഒരു വെള്ളക്കൊടിയും പിടിച്ച് ചെല്ലും, സമാധാനദൂതനായി. എന്തിനാ കുഴപ്പം ഉണ്ടാക്കുന്നത് എന്ന് കരഞ്ഞു ചോദിക്കും. എന്നിട്ടും പാക്കിസ്ഥാൻ പട്ടാളം മുന്നോട്ടു നീങ്ങിയാൽ ആന്റണി രാജിക്കത്ത് എഴുതും. അതോടുകൂടി പാക്കിസ്ഥാൻ പട്ടാളം തിരിച്ചുപോകും." - കടയിൽ നിന്ന മറ്റൊരാൾ പറഞ്ഞു.

"അങ്ങനെ ആന്റണിസാറിനെ കളിയാക്കേണ്ട" കടയിൽ ഇതെല്ലാം കേട്ടുനിന്നിരുന്ന ഒരു സ്ത്രീ പറഞ്ഞു.

"ആന്റണിസാർ ധൈര്യമുള്ളയാളാണ്. തീരുമാനവും എടുക്കും. ന്യൂനപക്ഷ വർഗ്ഗീയത, ഭൂരിപക്ഷ വർഗ്ഗീയത പോലെ അപകടകാരി യെന്ന് പറഞ്ഞത് അദ്ദേഹമല്ലെ? ആന്റണിസാറിനല്ലാതെ മറ്റാർക്ക് ഇങ്ങനെ പറയാൻ കഴിയും. പിന്നെ രാജി വെക്കുന്ന കാര്യം. അതിനും ധൈര്യം വേണ്ടേ? അധികാരത്തിൽ അട്ടയെപ്പോലെ കടിച്ചുതൂങ്ങി ക്കിടക്കുന്ന ഈ കാലഘട്ടത്തിൽ അധികാരം തനിക്കു പുല്ലാണെന്ന് പറഞ്ഞ് വലിച്ചെറിയാൻ ആന്റണി സാറിനല്ലെ കഴിയൂ! ചെറിയ കാര്യ മാണെങ്കിലും നാവിക അധികാരികളുടെ എതിർപ്പ് അവഗണിച്ച് കൊച്ചി നേവൽബേസിനടുത്ത് മുപ്പത് ദിവസംകൂടി ചവറിടാൻ ആന്റണിസാർ അനുവാദം നല്കിയല്ലോ. നാല്പതു കോടിയിൽ കൂടുതലുള്ള ആയുധ ഇടപാടുകൾക്ക് ഉപസമിതിയെ വെച്ചില്ലേ?"

"അതും ശരിയാ" സ്ത്രീയുടെ വാചാലമായ വാദത്തിനു മുമ്പിൽ കടയിൽ നിന്നവർ ഒന്നിച്ചുപറഞ്ഞു.

"ചിലപ്പോൾ അദ്ദേഹം ഇന്ത്യയുടെ പ്രധാനമന്ത്രി ആയെന്നും വരാം."

46

പിണറായിയും വെടിയുണ്ടകളും

പിണറായി വിജയന്റെ വെടിയുണ്ട പ്രശ്നം കത്തിനില്ക്കുന്ന സമയം. പലരും പല കഥകളും വീറോടെ പ്രചരിപ്പിക്കുന്നു. തിരുവനന്തപുരത്ത് എക്സ്-റേ മെഷിനിൽ 'ഉണ്ട' കണ്ടില്ലെങ്കിൽ, പിന്നെ എങ്ങനെ മദ്രാസ്സിലെ എക്സ്-റേ മെഷീനിൽ കണ്ടുപിടിച്ചു. തിരുവനന്തപുരത്ത് നിന്ന് മൂന്ന് ഡയറക്ട് ഫ്ളൈറ്റുകൾ ഡൽഹിക്കുള്ളപ്പോൾ എന്തിന് മദ്രാസ്സിൽ ഇറങ്ങി? അവിടെ എവിടെയാണ് പോയത്. ഇങ്ങനെ സംശയങ്ങളുടെ വലിയ പുകമറ.

ഈ പ്രശ്നം കുമ്പളങ്ങി കവലയിലും ചർച്ച ചെയ്യപ്പെട്ടു. പിണറായിക്കെതിരെ ഉടനെ കേസ്സെടുക്കണമെന്ന കോൺഗ്രസ്സുകാരും അറിയാതെ പറ്റിയ ഒരു കൈപ്പിഴയ്ക്ക് പിണറായിയെ കുരിശ്ശിലേറ്ററുതെന്ന് മാർക്സിസ്റ്റുകാരും വാദിച്ചു. പക്ഷേ, വിദ്യാസമ്പന്നരായ ഒരു കുമ്പളങ്ങിക്കാരൻ പറഞ്ഞു.

ഈ പ്രശ്നം മുഴുവൻ ഉണ്ടാക്കിയത് സി.പി.എം. ജനറൽ സെക്രട്ടറി കാരാട്ടാണ്. പോളിറ്റ് ബ്യൂറോയിൽ മുഖ്യമന്ത്രി അച്യുതാനന്ദൻ തനിക്കെതിരായി അനാവശ്യ ആരോപണങ്ങൾ ഉന്നയിക്കുകയാണെന്ന്

പിണറായി, കാരാട്ടിനോട് ഫോണിൽ പറഞ്ഞു. അപ്പോൾ പ്രകാശ് കാരാട്ട് പിണറായിയോടു നിർദ്ദേശിച്ചു; "കം വിത്ത് അമ്യൂണീഷ്യൻ. നമുക്ക് വി.എസ്സിനെ ഫിനിഷു ചെയ്യാം."

ഉടനെ പിണറായി ദേശാഭിമാനിയിൽ വിളിച്ച് എന്താണ് 'അമ്യൂണീഷൻ' എന്നു നോക്കാൻ പറഞ്ഞു. 'അമ്മ്യൂണീഷൻ' എന്നു പറഞ്ഞാൽ വെടിയുണ്ട, ദേശാഭിമാനിയിൽ നിന്ന് മറുപടി വന്നു.

"തിരുവനന്തപുരത്ത് വെടിയുണ്ടയില്ലാതിരുന്നതുകൊണ്ട് മദ്രാസ്സിൽ ഇറങ്ങി, കുറെ വെടിയുണ്ടയുമായി പിണറായി ഡൽഹിക്കുപോയി. അത്ര മാത്രം!" കുമ്പളങ്ങിക്കാരൻ സാത്വികൻ കാര്യം പറഞ്ഞ് കോൺഗ്രസ്സുകാരെയും കമ്മ്യൂണിസ്റ്റുകാരെയും പൊതുജനങ്ങളെയും മനസ്സിലാക്കി.

47
ഒ.സി.യുടെ ഫോൺ

കേരളത്തിലെ രാഷ്ട്രീയ നേതാക്കളിൽ പ്രവർത്തകർക്കും ജനങ്ങൾക്കും എപ്പോഴും ലഭ്യമായ ഒരു നേതാവാണ് ഉമ്മൻ ചാണ്ടി. ഏതു പാതിരായ്ക്കു വിളിച്ചാലും നേരിട്ടു തന്നെ ഫോൺ എടുക്കും. ആർക്കു വേണ്ടിയും ശുപാർശ ചെയ്യും. അമേരിക്കൻ പ്രസിഡന്റ് ബുഷിനോടു പോലും ശുപാർശ ചെയ്യാൻ ഉമ്മൻചാണ്ടിക്കു മടിയില്ല എന്നാണ് പൊതുവെ സംസാരം.

ഉമ്മൻചാണ്ടിയുടെ എല്ലാ ഫോൺ നമ്പറുകളും പ്രവർത്തകർക്ക് സുപരിചിതമാണ്. മാത്രമല്ല, അദ്ദേഹത്തിന്റെ സന്തത സഹചാരി ആർ.കെ.യെ (യഥാർത്ഥ പേര് ആർ.കെ. ബാലകൃഷ്ണൻ) വിളിച്ചാൽ ഉമ്മൻ ചാണ്ടി എവിടെയാണെന്ന് അറിയാൻ കഴിയും.

ഒ.സി.യുടെ (ഉമ്മൻ ചാണ്ടിയെ കൂടുതൽ സ്നേഹമുള്ളവർ വിളിക്കുന്നത് ഇങ്ങനെയാണ്) തിരുവനന്തപുരത്തെ വീട്ടിലെ ഫോൺനമ്പർ എല്ലാവർക്കും കാണാപാഠമാണ് - 2345600. ആൾ സ്ഥലത്തുണ്ടെങ്കിൽ നേരിട്ടെടുക്കും. ഇല്ലെങ്കിൽ ആരെങ്കിലും എടുക്കും.

പ്രൊഫ. കെ.വി. തോമസ്

ഞാൻ കാസർഗോഡ് നിന്നും രാവിലെ 6 മണിക്ക് ഉമ്മൻ ചാണ്ടിയെ 2345600ൽ വിളിച്ചു. അതിരാവിലെയാണെങ്കിൽ ഉമ്മൻ ചാണ്ടിയെ കിട്ടാൻ എളുപ്പമാണ്. പക്ഷെ, ഇപ്രാവശ്യം ഞാൻ വിളിച്ചപ്പോൾ അമേരിക്കൻ ഇംഗ്ലീഷിൽ ഒരു മറുപടി. "പ്ലീസ് കോൾ ആഫ്ടർ സം ടൈം". എനിക്ക് സംശയമായി. ഉമ്മൻ ചാണ്ടിയുടെ നമ്പർ തന്നെയല്ലേ? നമ്പർ മാറിപ്പോയോ? വീണ്ടും വിളിച്ചു 2345600. മറുപടി അമേരിക്കൻ ഇംഗ്ലീഷിൽ തന്നെ. എന്തുപറ്റി. ഞാൻ ആർ.കെ.യെ വിളിച്ചുചോദിച്ചു. ഉമ്മൻ ചാണ്ടിയുടെ നമ്പർ 2345600 തന്നെയല്ലേ. അതു തന്നെയെന്നായിരുന്നു ആർ.കെ.യുടെ മറുപടി. "പിന്നെ എന്താണീ അമേരിക്കൻ ഇംഗ്ലീഷിലെ മറുപടി." ഞാൻ ആർ.കെ.യോട് ചോദിച്ചു. "ഉമ്മൻ ചാണ്ടിയുടെ അമേരിക്കൻ പര്യടനം കഴിഞ്ഞപ്പോൾ അമേരിക്കൻ ഇംഗ്ലീഷും കൂടെ കൊണ്ടുവന്നോ?" "ഇല്ല മാഷെ, ആരോ ഒരാൾ ടെലിഫോൺ റിക്കോർഡിങ്ങ് മെഷീൻ കൊണ്ടുവന്നു വച്ചതാ. ഇപ്പോൾതന്നെ മാറ്റി ക്കോളാം". ഉമ്മൻ ചാണ്ടിക്ക് യോജിച്ച സഹപ്രവർത്തകനാണ് ആർ.കെ. എന്ന് എനിക്ക് മനസ്സിലായി.

48
മലയാളി

ലാ മെറിഡിയൻ ഹോട്ടലിൽ ഇന്റർ നാഷണൽ സ്കൂൾ ഓഫ് ബിസ്സി നസ്സ് മാനേജ്മെന്റ് എന്ന സ്ഥാപനത്തിന്റെ കേരളത്തിലെ പ്രവർത്തനം ഉദ്ഘാടനം ചെയ്യുന്ന സന്ദർഭം. ഖത്തറിലുള്ള എന്റെ സുഹൃത്ത് മോഹൻ തോമസ്സാണ് ഈ സ്ഥാപനത്തിന് നേതൃത്വം നല്കുന്നത്. ഉമ്മൻ ചാണ്ടി ഉദ്ഘാടകൻ. ഡൽഹിയിൽ നിന്ന് യു.എൻ.ഐ.യിലെ ഡോ. ജോർജ്ജ് വർഗ്ഗീസ് ഉൾപ്പെടെയുള്ള പ്രഗൽഭ പത്രപ്രവർത്ത കരും ചടങ്ങിൽ പങ്കെടുക്കുന്നുണ്ട്. ഉദ്ഘാടന ചടങ്ങിനുശേഷം വിഭവ സമൃദ്ധമായ ഡിന്നർ. ഭക്ഷണം കഴിച്ചുകൊണ്ടിരിക്കുമ്പോൾ, കൊച്ചി നഗരത്തിലെ മാലിന്യ കൂമ്പാരവും ട്രാഫിക് ജാമും ചർച്ചാ വിഷയ മായി. രണ്ടുനേരവും കുളിക്കുകയും ദിവസവും പുതിയ വസ്ത്രങ്ങൾ ധരിക്കുകയും ചെയ്യുന്ന മലയാളിയുടെ അഭിമാനമായ ദൈവത്തിന്റെ സ്വന്തം നാടിന് എന്തു പറ്റിയെന്ന് പലരും ചോദിച്ചു. പലരുടെയും മറു പടി രസാവഹമായിരുന്നു. അഹങ്കാരിയായ മലയാളി, ആരെയും അംഗീ കരിക്കാത്ത മലയാളി, ദുർവാശിയുള്ള മലയാളി, എല്ലാത്തിനും കുറ്റം

മാത്രം കാണുന്ന മലയാളി. ഈ മലയാളിക്ക് താനും തന്റെ വീടും മാത്രം ശുചിയായിരുന്നാൽ മതി. തൊട്ടടുത്ത അയൽവാസിയുടെ കാര്യത്തിൽ യാതൊരു താത്പര്യവുമില്ല. അതുകൊണ്ട്, തന്റെ വീട്ടിലെ മാലിന്യം റോഡരികിലും കാനയിലും വലിച്ചെറിയാൻ യാതൊരു വൈഷമ്യവുമില്ല. കേരളത്തിനകത്ത് തെമ്മാടി, പുറത്ത് നല്ലവൻ, മിടുക്കൻ, സത്യസന്ധൻ.

49

വീക്ഷണം

രമേശ് ചെന്നിത്തല കെ.പി.സി.സി. പ്രസിഡന്റായി അധികാരമേറ്റ സമയം. കെ.എസ്.യു., യൂത്ത് കോൺഗ്രസ്സ് പ്രസ്ഥാനങ്ങളുടെ സംസ്ഥാന–ദേശീയ പ്രസിഡന്റ്, എം.എൽ.എ., മന്ത്രി, എം.പി., എ.ഐ.സി.സി. ഭാരവാഹി തുടങ്ങിയ നിരവധി സ്ഥാനങ്ങൾ വഹിച്ചതിന്റെ അനുഭവ സമ്പത്തുള്ളയാൾ. ചെറുപ്പം. പാർലമെന്ററി പാർട്ടി നേതാവ് ഉമ്മൻ ചാണ്ടിയും രമേശും ബോബനും മോളിയും പോലെ ഒന്നിച്ച് കൈകോർത്ത് പ്രവർത്തിക്കുന്നു. എല്ലാംകൊണ്ടും കേരളത്തിലെ കോൺഗ്രസിന് ഉണർവിന്റെ നാളുകൾ. വർഷങ്ങളായി മുടങ്ങിക്കിടന്ന പാർട്ടി പത്രം 'വീക്ഷണം' വീണ്ടും ആരംഭിക്കുവാൻ തീരുമാനിച്ചു. കെ.പി.സി.സി. ജനറൽ സെക്രട്ടറി ബെന്നി ബെഹനാൻ എം.ഡിയും പ്രസിദ്ധ സാഹിത്യകാരൻ മോഹനവർമ്മ പത്രാധിപരുമായി. "വീക്ഷണം" പുതിയ കെട്ടിലും മട്ടിലും പുറത്തിറങ്ങി. കോൺഗ്രസ്സ് പ്രവർത്തകർ ആവേശത്തോടെ പത്രം പ്രചരിപ്പിക്കാനും വരിക്കാരെ ചേർക്കാനും രംഗത്തിറങ്ങി. ഇങ്ങനെയുള്ള ഒരു സന്ദർഭത്തിലാണ് ദേശീയ പ്രാധാന്യമുള്ള ഒരുവിഷയത്തെക്കുറിച്ച് സംസ്ഥാന ഭാരവാഹികൂടിയായ കോൺഗ്രസ്സ് നേതാവ് ലേഖനം എഴുതി "വീക്ഷണ"ത്തിന് നല്കിയത്. അദ്ദേഹം മറ്റു പത്രക്കാരോടും ചാനലുകാരോടും ഈ ലേഖനത്തെക്കുറിച്ച് വിശദവിവരങ്ങൾ മുൻകൂർ നല്കി. കൊച്ചി, കോഴിക്കോട്, തിരുവനന്തപുരം, കോട്ടയം, കണ്ണൂർ എന്നീ അഞ്ചു എഡിഷനുകളാണ് 'വീക്ഷണ'ത്തിനുള്ളത്. ലേഖനം വന്ന ദിവസം തിരുവനന്തപുരത്തെ

ഒരു ചാനലുകാരൻ നേതാവിനെ വിളിച്ച് ലേഖനത്തിന്റെ ഒരു കോപ്പി ചോദിച്ചു. വീക്ഷണത്തിൽ വന്നിട്ടുണ്ടെന്നും അതിൽനിന്ന് എടുത്താൽ മതിയെന്നും നേതാവ് ചാനലുകാരനെ അറിയിച്ചു. ചാനലുകാരൻ തിരുവനന്തപുരത്ത് ബസ്സ് സ്റ്റാൻഡിലും റെയിൽവേസ്റ്റേഷനിലും പത്രങ്ങൾ വില്ക്കുന്ന എല്ലാ കടകളിലും ആളെ അയച്ചു. പക്ഷേ, വീക്ഷണം മാത്രമില്ല. ഉടനെ ചാനലുകാരൻ നേതാവിനെ വിളിച്ച് പത്രം തിരുവനന്തപുരത്തെങ്ങും ഇല്ല എന്ന് അറിയിച്ചു. നേതാവിന് ഇതിൽപ്പരം സന്തോഷം ഉണ്ടാകാനില്ല. തന്റെ ലേഖനം ജനങ്ങൾ രണ്ടു കൈയും നീട്ടി സ്വീകരിച്ചിരിക്കുന്നു. അതുകൊണ്ടാണല്ലോ, വീക്ഷണത്തിന്റെ എല്ലാ കോപ്പികളും തിരുവനന്തപുരത്ത് നേരം വെളുക്കുന്നതിനുമുമ്പ് വിറ്റുപോയത്. ഈ വാർത്ത കേട്ട് നേതാവ് കോൾമയിർകൊണ്ടു. സകലമാനജനത്തേയും വിളിച്ചു. ഡൽഹിയിലുള്ള എ.കെ. ആൻറണിയേയും അറിയിച്ചു. പക്ഷേ, ചാനലിനു പത്രം കൊടുക്കേണ്ടേ? നേതാവ് കെ.പി.സി.സി. ഓഫീസ് സെക്രട്ടറി സ്വാമിയെ വിളിച്ചു വീക്ഷണത്തിന്റെ അന്നത്തെ ഒരു കോപ്പി അടിയന്തരമായി ചാനലിൽ എത്തിക്കാൻ പറഞ്ഞു. പക്ഷേ, സ്വാമിയുടെ തമിഴ്ചുവ കലർന്ന മറുപടി കേട്ടപ്പോൾ നേതാവ് ഞെട്ടിപ്പോയി. "സാർ, ഇന്ന് വീക്ഷണം ഇറങ്ങിയില്ല. ന്യൂസ് പ്രിൻറ് വാങ്ങാൻ പൈസ തികഞ്ഞില്ല.

50
സ്നേഹമുള്ള വൃദ്ധദമ്പതിമാർ

എന്റെ കുമ്പളങ്ങി ഗ്രാമത്തിൽ അറുപതു വയസ്സു കഴിഞ്ഞ ധാരാളം ക്രൈസ്തവ ദമ്പതിമാരുണ്ട്. വളരെ സ്നേഹത്തോടെയാണ് ഇവരുടെ ജീവിതം. ഒന്നിച്ച് പള്ളിയിൽ പോകും. കല്ല്യാണങ്ങളിലും മാമോദീസായിലും പങ്കെടുക്കും മരണവീട്ടിലെത്തും. ശരിക്കും ദൈവം സൃഷ്ടിച്ച ആദിമാതാപിതാക്കളെപ്പോലെ.

ഇങ്ങനെയുള്ള വൃദ്ധദമ്പതിമാരിൽ ഭർത്താവിനോട് ഈ സ്നേഹത്തിന്റെ രഹസ്യം ചോദിച്ചു. മറുപടി ഇങ്ങനെയായിരുന്നു.

1. "ഞാനും അവളും കൃത്യമായി ഞായറാഴ്ച പള്ളിയിൽ പോകും. ചായക്കടയിൽ നിന്ന് പുട്ടും പപ്പടവും ചായയും കഴിക്കും. പക്ഷേ, അവൾ രാവിലത്തെ കുർബ്ബാനയ്ക്കും ഞാൻ വൈകുന്നേരത്തെ കുർബ്ബാനയ്ക്കുമാണ് പോകുക.

2. ഞാനും അവളും ഒരേ മുറിയിലാണ് കിടക്കുക. അവൾ കട്ടിലിലും ഞാൻ നിലത്തും.

3. ഞങ്ങൾ ഒന്നിച്ച് കല്ല്യാണത്തിനും മരണത്തിനും പോകും. പക്ഷേ ആദ്യം അവൾ തിരികെ പോരും.

4. കല്ല്യാണവാർഷികം ഞങ്ങൾ കേമമായി ആഘോഷിക്കും. കേക്കും വൈനും കോഴിക്കറിയും താറാവു കറിയും ഉണ്ടാക്കും. അന്നത്തെ ദിവസം അവൾ സ്വീകരണമുറിയിലും ഞാൻ അടുക്കളയിലുമായിരിക്കും. മറ്റു ദിവസങ്ങളിൽ ഞാൻ അടുക്കളയിലും അവൾ സ്വീകരണമുറിയിലുമായിരിക്കും.

5. ഞങ്ങൾ ഒന്നിച്ചാണ് എറണാകുളത്ത് ഷോപ്പിങ്ങിനു പോകുക. അവളുടെ കൈ ഞാൻ മുറുകെ പിടിച്ചിരിക്കും. വിട്ടാൽ അവൾ ആഭരണക്കടയിൽ ചാടിക്കയറും.

6. അവൾ കൂട്ടുകാരികളോട് പറയും തന്റെ വീട്ടിൽ ഇലക്ട്രിക് ടോസ്റ്റർ ഉണ്ട്. ഇലക്ട്രിക് ബ്രെഡ് മേക്കർ ഉണ്ട്. ഇലക്ട്രിക് ബ്ലെൻഡർ ഉണ്ട്. എല്ലാം ഇലക്ട്രിക്.

"ഒന്നു മാത്രമില്ല". ഞാൻ പറയും, "ഇലക്ട്രിക് കസേര".

7. രാവിലെ ഭാര്യ കാറുമായി ഇറങ്ങി. കുറെ കഴിഞ്ഞപ്പോൾ അവൾ ഓടിക്കിതച്ചെത്തി. നമ്മുടെ കാറിന്റെ കാർബറേറ്റർ നിറച്ച് വെള്ളം. വണ്ടി ഓടുന്നില്ല.

"എവിടെ നമ്മുടെ വണ്ടി" ഞാൻ ചോദിച്ചു. "തോട്ടിലാണ്". അവൾ പറഞ്ഞു.

8. "നമ്മുടെ 'വേസ്റ്റ്'എടുക്കാതെ ദാ, വണ്ടി നീങ്ങുന്നു." അവൾ എന്നോടു വിളിച്ചു പറഞ്ഞു. "നീ എന്നാൽ വണ്ടിയിലേയ്ക്കു ചാടിക്കോ", ഞാൻ പറഞ്ഞു.

9. അവൾ ബ്യൂട്ടി പാർലറിൽ പോകും. മുഖം മുഴുവൻ മഞ്ഞളും തേച്ചുവരും. "നിന്റെ മുഖത്തിന് നല്ല തിളക്കം" ഞാൻ അവളെ അഭിനന്ദിക്കും. കുറെ കഴിയുമ്പോൾ അവൾ മഞ്ഞൾ കഴുകിക്കളയും.

"ഇപ്പോൾ എങ്ങനെയിരിക്കുന്നു" അവർ ചോദിക്കും. "മഞ്ഞപ്പു പോയി" ഞാൻ പറയും.

51
ഫോട്ടോ കാർഡ്

എറണാകുളം നോർത്തിൽ നിന്ന് മലബാർ എക്സ്പ്രസ്സിൽ രാത്രി 12 മണിക്ക് ഞാൻ കയറി. ലക്ഷ്യം കാഞ്ഞങ്ങാട്. ഓൾ കേരള റീട്ടെയിൽ റേഷൻ ഡീലേഴ്സ് അസ്സോസിയേഷന്റെ ഫണ്ട് പിരിവ് ആരംഭിക്കുന്നത് കാസർഗോഡ് ജില്ലയിലെ കാഞ്ഞങ്ങാട്ടുനിന്നാണ്. എന്റെ കൂടെ സംസ്ഥാന ട്രഷറർ ബീരാൻ സാഹിബും ഉണ്ട്. സെക്കൻഡ് എ.സിയിൽ ഒരു 'ലോവറും' ഒരു 'അപ്പറും' കിട്ടി. ഉറങ്ങാനുള്ള തയ്യാറെടുപ്പിലായിരുന്നു ഞങ്ങൾ. കമ്പിളിപ്പുതപ്പും ബഡ്ഷീറ്റും വിരിച്ചു. തലയിണ കിടക്കാൻ പാകത്തിൽ വെച്ചു. വണ്ടി സാവധാനം നീങ്ങി. അപ്പോഴാണ് നാല്പതു വയസ്സു പ്രായം തോന്നുന്ന ദമ്പതിമാർ ഓടിക്കിതച്ച് വണ്ടിയിൽ കയറുന്നത്. നേരെ ഞങ്ങളിരിക്കുന്ന കമ്പാർട്ടുമെന്റിൽ വന്ന് നേരെ എതിരെയുള്ള ബർത്തിൽ ഇരിപ്പായി. രണ്ടു പേരും നന്നായി കിതയ്ക്കുന്നുണ്ട്. ഭാര്യയും ഭർത്താവും കെട്ടിപ്പിടിച്ചാണ് ഇരിപ്പ്. രണ്ടു പേരെയും കാണാൻ കൊള്ളാം. ഭാര്യയ്ക്ക് വെളുപ്പും ഭർത്താവിന് ഇരുനിറവുമാണ്. വണ്ടി നീങ്ങിക്കഴിഞ്ഞപ്പോൾ സ്ത്രീ ചോദിച്ചു. "തോമസ്സ് സാർ അല്ലേ?"

"അതേ. മനസ്സിലായില്ല". ഞാൻ പ്രതിവചിച്ചു.

"തേവര കോളജിൽ ഞാൻ പഠിച്ചിരുന്നു. എം.എ. ഇംഗ്ലീഷിന്. അന്നേ സാറിനെ എനിക്കറിയാം". സ്ത്രീ എന്നോട് പറഞ്ഞു.

ഭർത്താവ് മലബാറിലെ അറിയപ്പെടുന്ന ന്യൂറോളജിസ്റ്റും ഭാര്യ അദ്ധ്യാപികയുമാണ്. സംതൃപ്തകുടുംബം. ഒരു ആൺകുട്ടിയുള്ളത് അമേരിക്കയിൽ പഠിക്കുന്നു. എന്റെ പ്രസിദ്ധമായ കൂർക്കംവലി ശ്രദ്ധയിൽപ്പെടുത്തിയപ്പോൾ, ഭർത്താവിന്റെ കൂർക്കംവലി കേട്ട് ഈ കാര്യത്തിൽ പരിചയസമ്പന്നയാണെന്ന് സ്ത്രീ പറഞ്ഞു. എനിക്കാശ്വാസമായി. എന്നോടൊപ്പം കൂർക്കം വലിക്കാൻ ഒരാൾ കൂട്ടിനുണ്ടല്ലോ? കിടക്കാറായപ്പോൾ അവരുടെ 'കാർഡ്' എനിക്കു നല്കി. എന്റേത് അങ്ങോട്ടും കൊടുത്തു. എനിക്കവർ നല്കിയ കാർഡിന് ഒരു പ്രത്യേകത ഞാൻ കണ്ടു. ഭർത്താവിന്റെയും ഭാര്യയുടെയും അഡ്രസ്സും ഫോൺ നമ്പറും ഉണ്ട്. രണ്ടുപേരും കെട്ടിപ്പിടിച്ചിരിക്കുന്ന മനോഹരമായ കളർഫോട്ടോ. ഒരു നക്ഷത്രത്തിനകത്താണ് ഫോട്ടോ.

"ഇതൊരു പുതുമയുള്ള കാർഡാണല്ലോ? നക്ഷത്രത്തികനത്ത് നിങ്ങൾ രണ്ടുപേരും കെട്ടിപ്പിടിച്ചിരിക്കുന്ന ഫോട്ടോയും ഉണ്ടല്ലോ." ഞാൻ ചോദിച്ചു.

"സാറെ! ഇങ്ങേരൊരു ഡോക്ടറാണ്. സുമുഖനാണ്. എന്റെ കൈയിൽ നിന്നും ആരും ഇദ്ദേഹത്തെ തട്ടിയെടുക്കാൻ ശ്രമിക്കേണ്ട എന്ന മുന്നറിയിപ്പാണ് ഈ ഫോട്ടോ. കാർഡിൽ മാത്രമല്ല, ആശുപത്രിയിലും, വീട്ടിലും എല്ലാം ഈ ഫോട്ടോ വെച്ചിട്ടുണ്ട്." ഭാര്യ ഭർത്താവിനെ നോക്കി ചിരിച്ചുകൊണ്ടു പറഞ്ഞു.

52

അസുഖത്തിനു കാരണം

കുമ്പളങ്ങിക്കാരൻ ഔസ്സേപ്പ് വല്ല്യപ്പന് 86 വയസ്സായി. അസുഖം വന്നാൽ എറണാകുളത്തെ കൃഷ്ണ നഴ്സിംഗ് ഹോമിലേ പോകൂ. അവിടെ എല്ലാവരെയും വല്ല്യപ്പന് വിശ്വാസമാണ്.

ഒരിക്കൽ കൃഷ്ണ നഴ്സിംഗ് ഹോമിൽ കിടക്കുന്ന വല്ല്യപ്പനെ കാണാൻ ഞാൻ ചെന്നു.

പ്രൊഫ. കെ.വി. തോമസ്

"എന്തു പറ്റി വല്ല്യപ്പാ?" ഞാൻ ചോദിച്ചു.

"എടാ ഉപ്പിന്റെ അസുഖമാണ്. എനിക്ക് ഉപ്പു കുറവാണ്." വല്ല്യപ്പൻ തന്റെ അസുഖ കാരണം പറഞ്ഞു. വല്ല്യപ്പന് പ്രഷർ കുറഞ്ഞു. അപ്പോൾ ഡോക്ടർ കുറച്ച് ഉപ്പ് കൂടുതൽ കഴിക്കാൻ പറഞ്ഞു. അതു കൊണ്ടാണ് തനിക്ക് ഉപ്പിന്റെ അസുഖമാണെന്ന് വല്ല്യപ്പൻ പറഞ്ഞത്.

മറ്റൊരിക്കൽ ആശുപത്രിയിൽ ചെന്നപ്പോൾ വല്ല്യപ്പൻ പറഞ്ഞു. "എടാ, എനിക്ക് പഞ്ചസാര കൂടുതലാണ്. അതുകൊണ്ട് പഞ്ചസാര ഇനി കഴിച്ചു കൂടാ." വല്ല്യപ്പന് ഡയബറ്റിക്സ്സായിരുന്നു അസുഖം.

വേറൊരു പ്രാവശ്യം വല്ല്യപ്പൻ പറഞ്ഞു. "എടാ, എനിക്ക് ഇരുമ്പു കുറവാണ്." വല്ല്യപ്പന്റെ 'ബ്ലഡ് കൗണ്ട്' കുറഞ്ഞതായിരുന്നു കാരണം.

അങ്ങനെ തന്റെ അസുഖത്തിനു കാരണം ഉപ്പും പഞ്ചസാരയും, ഇരുമ്പുമാണെന്ന് വല്ല്യപ്പൻ കണ്ടുപിടിച്ചു.

53

കൊച്ചുമകന്റെ കൊച്ചുലേഖനം

പ്രൈമറി സ്കൂളിൽ പഠിക്കുന്ന കൊച്ചുമകനെക്കുറിച്ച് സ്കൂളിൽ നിന്ന് കൊടുത്തയച്ച റിപ്പോർട്ട് അമ്മ വായിക്കുകയായിരുന്നു. മകന്റെ

സ്കൂളിലെ 'പെർഫോർമൻസ്' വായിച്ചപ്പോൾ അമ്മയ്ക്ക് വളരെ സന്തോഷം. അതിൽ ഏറ്റവും സന്തോഷമുണ്ടാക്കിയത് സ്വന്തം അച്ഛനെയും അമ്മയേയും കുറിച്ച് എഴുതിയ ചെറുലേഖനമായിരുന്നു. അമ്മയുടെ തിളങ്ങുന്ന കണ്ണുകളും പാദങ്ങൾ വരെ നീണ്ടു കിടക്കുന്ന മുടിയും, അച്ഛന്റെ ആരേയും വശീകരിക്കുന്ന ചിരിയും കണ്ണിറുക്കലുമെല്ലാം കൊച്ചു ലേഖനത്തിലുണ്ടായിരുന്നു.

മോനെ, വളരെ നന്നായി നീ ഞങ്ങളെക്കുറിച്ച് എഴുതിയിരിക്കുന്നു. ഇതെങ്ങനെ നിനക്കു കഴിഞ്ഞു." അമ്മ മകനെ കെട്ടിപ്പിടിച്ചുകൊണ്ട് ചോദിച്ചു.

"ഓ, അതൊരു ബുദ്ധിമുട്ടുള്ള കാര്യമല്ലന്നേ. കാറിൽ പോകുമ്പോൾ അമ്മയോട് ഡ്രൈവർ പറയുന്നത് ഇതു തന്നെയല്ലേ. നമ്മുടെ വീട്ടിലെ വേലക്കാരിചേച്ചി അച്ഛനോട് പറയുന്നതും ഇങ്ങനെ തന്നെയാണ്.

54

കുമ്പസാരം

പള്ളിയും പള്ളിക്കൂടവും തമ്മിലുള്ളത് രക്തബന്ധമാണ്. ആദ്യം പള്ളി, പിന്നീട് പള്ളിക്കൂടം. ഇടവകജനങ്ങളുടേതാണ് പള്ളി. പിടിയരി കൂട്ടിയും ഫലങ്ങൾ ലേലം വിളിച്ചും പള്ളി പണിയാനുള്ള കാശുണ്ടാക്കുന്നു. പള്ളി പണിതു കഴിഞ്ഞാൽ രൂപത മെത്രാൻ വികാരിയച്ചനെ നിയമിക്കുന്നു. വികാരി അച്ചൻ വന്നുകഴിഞ്ഞാൽ, പള്ളിക്കൂടത്തിനുള്ള ശ്രമമായി. പള്ളിക്കൂടത്തിന്റെ മാനേജർ വികാരിയാണ്. അദ്ധ്യാപകരെ നിയമിക്കുന്നതും അവരിൽനിന്ന് നിയമനത്തിന് 'ഡൊണേഷൻ' വാങ്ങിക്കുന്നതും വികാരി അച്ചൻ തന്നെ. കുട്ടികൾക്കും പ്രവേശനം നല്കുന്നതും വികാരിയച്ചൻ. അപ്പോഴുമുണ്ട് 'ഡൊണേഷൻ'. ഇടവകക്കാരോട് സ്കൂൾ നടത്തിപ്പിന്റെ കണക്ക് പറയേണ്ട ബാധ്യത അച്ചനില്ല. കണക്കു നല്കേണ്ടത് ബിഷപ്പിനാണ്. തങ്ങളുടെ വിയർപ്പിന്റെ ഫലമായി ഉണ്ടായ പള്ളിയും പള്ളിക്കൂടവും തങ്ങളിൽനിന്ന് കൈവിട്ടു പോകുമ്പോൾ ഇടവകക്കാരും വികാരിയച്ചനും തമ്മിലുള്ള സംഘർഷം

പ്രൊഫ. കെ.വി. തോമസ്

ആരംഭിക്കുന്നു. അച്ചനും ഇടവകക്കാർക്കും ഉറക്കമില്ലാത്ത രാത്രികൾ. ഇങ്ങനെ ടെൻഷൻ നിലനില്ക്കുന്ന വികാരി അച്ചന്റെ അടുത്ത് ഒരു ഇടവകക്കാരൻ കുമ്പസാരിക്കാൻ ചെന്നു. കുമ്പസാരക്കൂട്ടിൽ അച്ചൻ, പുറത്ത് ഇടവകാംഗം. തന്റെ തെറ്റുകൾ ഓരോന്നായി കുഞ്ഞാട് ഏറ്റു പറഞ്ഞു. ഓരോ പാപവും കുഞ്ഞാട് പറയുമ്പോൾ അച്ചൻ പ്രതിവചിച്ചു: 'എന്നിട്ട്'. അച്ചന്റെ മനസ്സ് മുഴുവൻ സ്കൂളിലെ പ്രശ്നങ്ങളായിരുന്നു. പാവം കുഞ്ഞാടിന്റെ പാപങ്ങൾ ക്ഷമാപൂർവ്വം കേൾക്കാൻ 'ഇടയന്' ഇതു മൂലം കഴിഞ്ഞില്ല. കുഞ്ഞാടിന്റെ പാപങ്ങളുടെ ഏറ്റുപറച്ചിൽ തീർന്നിട്ടും അച്ചന്റെ 'എന്നിട്ട്' തുടർന്നു. അച്ചൻ തന്റെ പാപങ്ങളുടെ വിളിച്ചു പറയൽ ശ്രദ്ധിച്ചിട്ടില്ല എന്നു കുഞ്ഞാടിനു മനസ്സിലായി "താൻ എന്തു സ്വപ്നം കണ്ടാണ് കുമ്പസാരക്കൂട്ടിൽ ഇരിക്കുന്നത്." കുഞ്ഞാ ടിന് ദേഷ്യം വന്നു.

"എടാ, നിന്റെ അമ്മയെ ഓർത്ത്." ഇടയന്റെ മറുപടി പെട്ടെന്നായിരുന്നു.

55
കരിവാരിത്തേക്കാൻ

ഒക്ടോബർ 31 രാത്രി 10 മണി. പ്രധാനമന്ത്രിയെ തിരുവനന്തപുരം എയർപോർട്ടിൽ സ്വീകരിച്ചശേഷം ഞാനും സഹപ്രവർത്തകരായ കുറെ എം.എൽ.എമാരും എം.എൽ.എ. ക്വാർട്ടേഴ്സിൽ തിരിച്ചെത്തുമ്പോൾ, ഗെയിറ്റിൽ വലിയ ബഹളം. എം.എൽ.എ. ക്വാർട്ടേഴ്സിനു മുമ്പിലുള്ള ജംഗ്ഷനിൽ പ്രധാനമന്ത്രിയുടെ മോട്ടോർകേഡിന്റെ വഴി തെറ്റിയതാണ് വിഷയം. പൈലറ്റ്കാർ വഴി മാറിപ്പോയതിനാൽ മോട്ടോർകേഡ് മുഴു വൻ വഴി തെറ്റി. ചിലർ സർക്കാരിന്റെ കഴിവു കേടിനെക്കുറിച്ച് സംസാരിച്ചു. ചിലർ റോഡിന്റെ അപാകതകളെ കുറിച്ചു പറഞ്ഞു.

"ഈ പൈലറ്റ് വാഹനം ഓടിച്ചത് ഉമ്മൻചാണ്ടിസാറിന്റെ ഡ്രൈവേഴ്സ് യൂണിയനിലെ ആളായിരിക്കും. അച്യുതാനന്ദൻ സഖാ വിനെ കരിവാരിത്തേക്കാൻ മനഃപൂർവ്വം ചെയ്തതാണ്" ഒരു സഖാവ് പറഞ്ഞു.

56

അംബാസിഡർ

"**മാ**ഷ് അംബാസിഡർ ആയല്ലോ! അപ്പോൾ ഇനി എറണാകുളത്ത് ഡൊമിനിക്ക്ചേട്ടന് മത്സരിക്കാമല്ലോ" തെക്കേ കൊറിയയുടെ തലസ്ഥാനമായ സോളിൽ നടന്ന അന്തർദേശീയ സമാധാന കൗൺസിൽ യോഗത്തിൽവെച്ച് എന്നെ സമാധാനത്തിന്റെ അംബാസിഡറായി തെരഞ്ഞെടുത്തതിന്റെ സ്വീകരണം കുമ്പളങ്ങിയിൽ നടക്കുകയാണ്. മുൻമന്ത്രി ഡൊമിനിക്ക് പ്രസന്റേഷനും എറണാകുളം ജില്ലാ ഐ.എൻ.ടി.യു.സി. പ്രസിഡന്റ് കെ.പി. ഹരിദാസ് തുടങ്ങിയ നേതാക്കളുണ്ട്. അപ്പോഴാണ് ഒരു കുമ്പളങ്ങിക്കാരന്റെ ഈ അഭിപ്രായ പ്രകടനം.

"എടോ, ഈ അംബാസഡർ പദവി ഒരു അംഗീകാരം മാത്രമാണ്. ഗവർമെന്റ് നല്കുന്ന അംബാസഡർ പദവി അല്ലിത്. അതുകൊണ്ട് ഞാൻ എറണാകുളം എം.എൽ.എ. സ്ഥാനം രാജിവെക്കേണ്ട." കുമ്പളങ്ങിക്കാരനെ ഞാൻ കാര്യം പറഞ്ഞു മനസ്സിലാക്കി.

"അങ്ങനെയാണോ സാറെ കാര്യം. എങ്കിൽ സാറൊരു വെള്ളക്കൊടിയും പിടിച്ചു നടന്നോ!" കുമ്പളങ്ങിക്കാരൻ എന്നെ ഉപദേശിച്ചു.

57

കോവിലനും പ്രായവും അവാർഡുകളും

എറണാകുളത്തപ്പന്റെ തിരുമുറ്റത്ത് പ്രസിദ്ധ കഥാകൃത്ത് കോവിലന്, ബാലാമണിയമ്മ സ്മാരക അവാർഡ് നല്കുന്ന ചടങ്ങ്. അഖിലേന്ത്യ പുസ്തകപ്രദർശനവുമായി ബന്ധപ്പെട്ടാണ് ചടങ്ങ്. വിദ്യാഭ്യാസമന്ത്രി എം.എ. ബേബി, പ്രൊഫ. ലീലാവതി ടീച്ചർ തുടങ്ങിയ പ്രഗത്ഭരെല്ലാം കോവിലനെ അനുമോദിക്കാൻ എത്തിയിരിക്കുന്നു.

കോവിലനെ എല്ലാവരും വാനോളം പുകഴ്ത്തി. ജ്ഞാനപീഠം അവാർഡ് ഉൾപ്പടെ എത്രയോ അവാർഡുകൾ കോവിലന് കിട്ടേണ്ട തായിരുന്നു എന്ന് പ്രാസംഗികർ പരിഭവിച്ചു. കോവിലനെ സാഹിത്യ ലോകവും സർക്കാരും വളരെ താമസിച്ചാണ് അംഗീകരിച്ചിരിക്കുന്നത്. ഇതെല്ലാം കേട്ടശേഷം കോവിലന്റെ മറുപടി പ്രസംഗം ശ്രദ്ധേയമായി രുന്നു.

"എറണാകുളത്തപ്പന് നന്ദി. അഖിലേന്ത്യ പുസ്തകപ്രദർശന സംഘാടകർക്ക് നന്ദി. എനിക്ക് ഈ അവാർഡ് നേരിട്ട് നല്കിയ എം.എ. ബേബിക്കും എന്നെക്കുറിച്ച് നല്ല വാക്കുകൾ പറഞ്ഞ എല്ലാ വർക്കും നന്ദി.

എനിക്ക് അംഗീകാരം കിട്ടുന്നത് വളരെ താമസിച്ചാണെന്ന് എല്ലാവരും ഇവിടെ കുണ്ഠിതപ്പെട്ടതു കേട്ടു. ഞാൻ ഒരു കാര്യം പറയട്ടെ. എനിക്ക് അറുപത് വയസ്സായ സന്ദർഭം. എന്റെ സുഹൃത്തുക്കളും നാട്ടുകാരും ഗംഭീരമായി എന്നെ അനുമോദിക്കാനും ആഘോഷിക്കാനും തീരുമാനിച്ചു. പക്ഷേ, ഞാൻ അവരോട് പറഞ്ഞു. എന്റെ വയസ്സ് പുറത്തറിയിക്കരുത്. അതെനിക്ക് ക്ഷീണമാണ്. മാത്രമല്ല, അറുപത് ഒരു വയസ്സുമല്ല. എൺപത് വയസ്സാകട്ടെ. അന്ന് നമുക്ക് ആഘോഷിക്കാം. ഇപ്പോഴെ സമ്മതിച്ചിരിക്കുന്നു. എല്ലാവർക്കും സന്തോഷമായി. എനിക്കും സന്തോഷം. കാരണമെന്തെന്നല്ലേ? അറുപതു കഴിഞ്ഞാൽ പിന്നെയുള്ള ദിവസങ്ങളെല്ലാം കടമെടുത്തതാണ്. എപ്പോൾ വേണമെങ്കിലും ഇഹലോകം വിടാം. എൺപതു വരെ ഞാൻ എത്തില്ലെന്ന് എനിക്ക് ഉറച്ച വിശ്വാസമായിരുന്നു. പക്ഷേ, എനിക്ക് എൺപതു കഴിഞ്ഞിരിക്കുന്നു. അവാർഡുകളും കിട്ടാൻ തുടങ്ങി. അപ്പോൾ പ്രായമല്ല പ്രശ്നം."

58
ഫ്ളാഷ്

2006 നവംബർ 13 തിങ്കൾ. കേരളത്തിലെ എല്ലാ ടെലിവിഷൻ ചാനലുകളിലും ഫ്ളാഷ് വാർത്തകൾ മിന്നിമറഞ്ഞു - വ്യാജ ഇന്റലിജൻസ് റിപ്പോർട്ട് : ശോഭന ഉൾപ്പെടെ ഏഴുപേർക്ക് കുറ്റപത്രം. പത്രക്കാരും രാഷ്ട്രീയ സുഹൃത്തുക്കളും എന്നെ വിളിക്കാൻ തുടങ്ങി. "എന്താണ് മാഷിന്റെ അഭിപ്രായം" "സത്യം പുറത്തുവരട്ടെ, നീതി നടപ്പാക്കട്ടെ" ഞാൻ അവരോടെല്ലാം പറഞ്ഞു. ചിലർ കുസൃതി ചോദ്യങ്ങൾ ഉയർത്തി. "ഇതിൽ പത്മജയ്ക്കു പങ്കുണ്ടോ? ലീഡർ അറിയാതെയാണോ ഈ രേഖ പുറത്തുവന്നത്" ഞാൻ എന്റെ മറുപടിയിൽ മാറ്റമൊന്നും വരുത്തിയില്ല. "സത്യം പുറത്തുവരട്ടെ, നീതി നടപ്പാക്കട്ടെ." എന്നിൽ നിന്നും കുസൃതി മറുപടിയൊന്നും കിട്ടാതെ വന്നപ്പോൾ പത്രസുഹൃത്തുക്കൾ എന്റെ ഭാര്യ ഷേർളിയെ വിളിക്കാൻ ഇറങ്ങി. "മാഷ് വിട്ടൊന്നും പറയുന്നില്ല. മാഡത്തിന് ഞങ്ങളെയൊന്ന് സഹായിക്കാമോ?"

“ഞാനെന്തു ചെയ്യാനാണ്? മുപ്പത്തിയാറു കൊല്ലമായി ഞങ്ങളുടെ വിവാഹം കഴിഞ്ഞിട്ട്. മാഷിൽ നിന്ന് ഒന്നും ഞാൻ വിചാരിച്ചിട്ട് കിട്ടിയിട്ടില്ല. പിന്നെയാണോ നിങ്ങൾ വിചാരിച്ചാൽ?” ഷേർളി അവരോടു ചോദിച്ചു.

59

ഗോസിപ്പുകൾ

ഗ്രാമങ്ങളിൽ ഏറ്റവും കൂടുതൽ ‘ഗോസിപ്പുകൾ’ പറയുന്ന സ്ഥലങ്ങൾ ക്ഷൗരക്കടകൾ, ചായക്കടകൾ എന്നിവയാണ്. ഒരു ഗ്രാമത്തിലെ എല്ലാ സംഭവങ്ങളും പൊടിപ്പും തൊങ്ങലുംവച്ച് ഇവിടങ്ങളിൽ ചർച്ച ചെയ്യപ്പെടും.

എന്നാൽ നഗരങ്ങളിൽ പ്രധാന ‘ഗോസിപ്പു’ കേന്ദ്രങ്ങൾ പാർട്ടി ഓഫീസുകളാണ്. പ്രത്യേകിച്ച് ജില്ലാ കോൺഗ്രസ്സ് ആസ്ഥാനങ്ങൾ. ഒരു ജനബന്ധവുമില്ലാത്തവരുടെ കേന്ദ്രങ്ങളാണല്ലോ ഡി.സി.സികൾ. നേതാക്കൻമാർക്ക് സ്തുതി പാടി, അവരുടെ പെട്ടി ചുമന്ന്, അവരെ എയർപോർട്ടിലും റയിൽവേസ്റ്റേഷനിലും സ്വീകരിച്ച്, പിരിവ് ‘സ്പെഷലൈസ്സ്’ ചെയ്ത് ഈ ജില്ലാ ആസ്ഥാനങ്ങളിൽ ഭാവിയുടെ നേതാക്കൾ

രൂപം കൊള്ളുന്നു. കേഡർ പാർട്ടികളായ സി.പി.എമ്മിലും സി.പി.ഐ യിലും ഇപ്പോൾ ഗോസിപ്പു രാഷ്ട്രീയത്തിന്റെ സ്വാധീനം വർദ്ധിച്ചു വരികയാണ്. ബഞ്ചുകളിൽ കിടന്നുറങ്ങിയും ബീഡിവലിച്ചും കട്ടൻചായ കഴിച്ചും പാർട്ടി പ്രവർത്തനം നടത്തിയ പഴയ സഖാക്കളുടെ സ്ഥാനത്ത് ആഢംബരപ്രിയരായ സഖാക്കളാണ് ഈ പാർട്ടികളിലും നേതൃത്വം വഹിക്കുന്നത്.

ഞാൻ 1986 മുതൽ 2001 വരെ ജില്ലാ കോൺഗ്രസ്സ് പ്രസിഡണ്ടായിരുന്നു. എറണാകുളം ഡി.സി.സി. ആസ്ഥാനമായ 'ചൈതന്യ'യും ഗോസിപ്പുകളിൽ മുൻപന്തിയിലാണ്. അവിടെ നടന്നതും എന്റെ ശ്രദ്ധയിൽ വന്നതുമായ 'ഗോസിപ്പു'കളിൽ ചിലത്.

✸

"**തോ**മസ്സ്മാഷ് കുടുങ്ങിയതുതന്നെ. ഈ കേസ് എന്നു തീരാനാണ്." ഫ്രഞ്ച് ചാരക്കേസിൽ എന്നെ പ്രതിയാക്കി സി.ബി.ഐ. എറണാകുളം സെഷൻസ്സ് കോടതിയിൽ കേസ് നല്കിയപ്പോൾ 'ചൈതന്യയിലെ' ഗോസിപ്പുകാർ പ്രചരണം ഇറക്കി. എന്റെ കേസ് രജിസ്റ്റർ ചെയ്യപ്പെടുമെന്നും വളരെ വർഷങ്ങൾ ഞാൻ കേസിൽ പ്രതിയായി കിടക്കുമെന്നും അവർ പ്രതീക്ഷിച്ചു. പക്ഷേ പ്രഥമദൃഷ്ട്യാപോലും ഞാൻ

കുറ്റക്കാരനല്ലെന്ന് കണ്ടെത്തി, വിധി വന്നപ്പോൾ ഗോസിപ്പുകാർ പറഞ്ഞു. "മാഷെ വെടിവെച്ചാലും കൊള്ളില്ല."

✸

'എന്റെ കുമ്പളങ്ങി' കുമ്പളങ്ങിയിൽവച്ച് എ.കെ. ആന്റണി പ്രകാശനം ചെയ്ത സമയം. പരിപാടി വളരെ വിജയമായിരുന്നു. ആയിരക്കണക്കിന് ആളുകൾ പങ്കെടുത്ത പരിപാടി. പ്രകാശന ചടങ്ങിൽതന്നെ മുന്നൂറോളം കോപ്പികൾ ചെലവായ അപൂർവ്വ സന്ദർഭം. പത്രങ്ങളിൽ കോളങ്ങൾ നിറഞ്ഞ വാർത്തകൾ. ഒരെഴുത്തുകാരനെന്നനിലയിൽ എന്നെ പലരും പ്രകീർത്തിച്ചു.

"എടോ, ഇതൊന്നും മാഷെഴുതിയതല്ല. കെ.എം. റോയിയോ, സത്യ വ്രതനോ എഴുതിയതായിരിക്കും. മാഷിന്റെ പേരിൽ പ്രസിദ്ധീകരിച്ചതാണ്. മുതൽ മുടക്ക് മാഷിന്റേത്, മുതൽ മറ്റുള്ളവരുടേത്" ഗോസിപ്പുകാർ കുശുകുശുത്തു. പിന്നീട് 'എന്റെ കുമ്പളങ്ങിക്കുശേഷം' "അമ്മയും മകനും" "സോണിയാ പ്രിയങ്കരി" "കുമ്പളങ്ങി ടച്ച്" എന്നിവ പ്രസിദ്ധീ കരിക്കപ്പെടുകയും ജനശ്രദ്ധ നേടുകയും ചെയ്തപ്പോൾ ഗോസിപ്പുകാ രുടെ ഭാഷ മാറി. "മാഷ്, നമ്മൾ വിചാരിച്ച പോലെയല്ല. പിടിച്ചാൽ കിട്ടില്ല. മന്ത്രിസ്ഥാനം പോയാലെന്ത്? ശ്രദ്ധേയനായ എഴുത്തുകാരനായില്ലേ!"

✸

"മാഷ് എപ്പോൾ ഡൽഹിയിൽ പോയാലും സോണിയാഗാന്ധിയെയും കേന്ദ്രനേതാക്കളെയും കണ്ടിട്ടല്ലേ തിരികെപോകൂ. പലരും ദിവസങ്ങൾ കാത്തുകിടക്കുമ്പോൾ മാഷു ചെല്ലുന്നു, കാണുന്നു, തിരികെ പോരുന്നു. എന്തു മായമാണിത്" ഗോസിപ്പുകാരിൽ ഒരാൾ ചോദിച്ചു.

"സോണിയ ഗാന്ധിയെയൊന്നും മാഷ് പത്രങ്ങളിൽ വരുന്ന പോലെ കാണുന്നൊന്നുമില്ല. മാഷല്ലെ കക്ഷി. 'ടെൻ ജനപഥി'ൽ ചെല്ലും. അവിടെയുള്ള സോണിയാഗാന്ധിയുടെ സ്റ്റാഫിലെ വി. ജോർജ്ജ്, മാധവൻ, പിള്ള എന്നിവരിൽ ആരെയെങ്കിലും കാണും. പക്ഷേ പത്ര ങ്ങളിൽ മാഷ് കൊടുക്കുന്ന വാർത്ത സോണിയാഗാന്ധിയെ കണ്ടെ ന്നായിരിക്കും" മറ്റൊരു ഗോസിപ്പുകാരൻ പറഞ്ഞു. എല്ലാവരും സന്തോഷത്തോടെ പൊട്ടിച്ചിരിച്ചു.

60
അർദ്ധരാത്രിയുടെ മാഹാത്മ്യം

ഡൽഹിയിലെ രാഷ്ട്രീയ നേതാക്കൾ, പ്രത്യേകിച്ച് കോൺഗ്രസ് നേതാക്കൾ, പ്രവർത്തനം ആരംഭിക്കുന്നത് രാത്രികാലത്താണ്. എ.ഐ.സി.സി. ജനറൽ സെക്രട്ടറി അഹമ്മദ് പട്ടേൽ, കേന്ദ്രമന്ത്രി ഓസ്കാർ ഫെർണാണ്ടസ് എന്നിവരെ കാണണമെങ്കിൽ രാത്രി ഉറക്ക മൊഴിച്ചിരിക്കണം. ഇതെന്തുകൊണ്ടാണെന്ന് അന്വേഷിച്ചപ്പോൾ ലഭിച്ച മറുപടി രസാവഹമായിരുന്നു. ഇന്ത്യയ്ക്കു സ്വാതന്ത്ര്യം കിട്ടിയത് 1947 ആഗസ്റ്റ് 14ന് രാത്രി കൃത്യം 12 മണിക്കാണ്. പതിനഞ്ചിന് നേരം വെളു ക്കാൻ ആരും തയ്യാറായിരുന്നില്ല. ജ്യോതിഷവശാൽ പതിനാലായി രുന്നു നല്ല ദിവസമത്രെ! എന്നാൽ പതിനഞ്ചിന് അധികാരം കൈമാ റാനായിരുന്നു ബ്രിട്ടീഷുകാരുടെ തീരുമാനം. അങ്ങനെ ഒരു ഒത്തു തീർപ്പെത്തിയ സമയം ആഗസ്റ്റ് 14ന് അർദ്ധരാത്രി.

61
വിധവ

ബൈബിളിലെ തിളങ്ങി നില്ക്കുന്ന കഥാപാത്രമാണ് വിധവ. തന്റെ ജീവിതകാലം മുഴുവൻ തെണ്ടി സമ്പാദിച്ച എല്ലാ ചില്ലി കാശുകളും ദേവാലയ നിർമ്മാണത്തിനായി അവർ നല്കി. മറ്റ് സംഭാവനയേക്കാൾ മഹത്തരം ഈ വിധവയുടെതാണെന്ന് യേശു പറഞ്ഞത് അതുകൊണ്ടാണ്. ധനവാൻ സ്വർഗ്ഗത്തിൽ പ്രവേശിക്കുന്നതിനേക്കാൾ എളുപ്പം ഒട്ടകം സൂചിക്കുഴയിൽക്കൂടി കടക്കുന്നതാണെന്ന് യേശു സൂചിപ്പിച്ചതും ഈ പശ്ചാത്തലത്തിൽ തന്നെയാണ്.

സ്വർഗ്ഗത്തിലെത്തിയ വിധവയ്ക്ക് ഭൂമി സന്ദർശിക്കാൻ ഒരു മോഹം. സ്വർഗ്ഗത്തിന്റെ കാവൽക്കാരനായ വിശുദ്ധ പത്രോസ്സിനോട് തന്റെ ആഗ്രഹം അറിയിച്ചു. പക്ഷേ പത്രോസ് വിധവയെ നിരുത്സാഹ പ്പെടുത്തി. കാരണം വിധവയുടെ കാലത്തിൽ നിന്നും ഇപ്പോഴും ഭൂമി യിൽ മാറ്റമുണ്ടായിട്ടില്ല. യേശു ദേവാലയത്തിൽ നിന്നും ചാട്ടയെടുത്ത് അടിച്ചോടിച്ച ഫരിസേയരും, കള്ളപ്പണക്കാരും പലിശക്കാരും വെള്ള പൂശിയ ശവകുടീരങ്ങൾ എന്ന് യേശു ആക്ഷേപിച്ച പുരോഹിത ശ്രേഷ്ഠന്മാരുമാണ് ഇന്നും ഭൂമി ഭരിക്കുന്നത്. അവർ പുതിയ നാമ ത്തിലും വേഷത്തിലുമാണെന്നു മാത്രം. മന്ത്രിമാർ, എം.എൽ.എമാർ, എം.പിമാർ, മെത്രാന്മാർ, പൂജാരികൾ, ന്യായാധിപന്മാർ എന്നിവരാണ് പുതിയ കപടഭക്തന്മാരും പരീശരും.

പക്ഷേ വിധവയ്ക്കു നിർബന്ധം. ഒന്നു പോയേ തീരൂ. വിധവയുടെ നിർബന്ധം മൂത്തപ്പോൾ ഒരാഴ്ചത്തേയ്ക്കു ഭൂമി സന്ദർശിക്കാൻ പത്രോസ് അനുവാദം നല്കി.

വിധവ നേരെ എത്തിയത് ദൈവത്തിന്റെ സ്വന്തം നാടായ കേരള ത്തിൽ. അതും അറബിക്കടലിന്റെ റാണിയായ കൊച്ചി നഗരത്തിൽ. മറൈൻ ഡ്രൈവിലൂടെ നടന്നു. ദുർഗന്ധം കൊണ്ട് മൂക്കു പൊത്തി പ്പിടിക്കേണ്ടി വന്നു. മുല്ലശ്ശേരി കനാൽ അഴുക്കുകൊണ്ട് നിറഞ്ഞിരി ക്കുന്നു. റോഡുകളുടെ മുക്കിലും മൂലയിലും പ്ലാസ്റ്റിക്ക് കൂമ്പാരങ്ങൾ. അറബിക്കടലിന്റെ റാണി മാലിന്യനഗരമായി മാറിയിരിക്കുന്നു. വിധവ സ്വയം പറഞ്ഞു. "എന്തുപറ്റി ഈ മനോഹര തുറമുഖ നഗരത്തിന്?"

എവിടെ നോക്കിയാലും ആകാശ ചുംബികളായ കെട്ടിടങ്ങൾ. ഈ കെട്ടിട സമുച്ചയങ്ങളോട് മത്സരിച്ചുകൊണ്ട് ധാരാളം ദേവാലയങ്ങൾ.

സുറിയാനിക്കാരുടെ ബസിലിക്ക. തൊട്ടടുത്ത് ലത്തീൻകാരുടെ കപ്പലു പള്ളി. ബ്രോഡ്‌വേയുടെ കവാടത്തിൽ സി.എസ്സ്.ഐ.ക്കാരുടെ പഴയ ഇമ്മാനുവൽ പള്ളിയുടെ സ്ഥാനത്ത് പുതിയ പള്ളി. കടവന്ത്രയിൽ സുറിയാനിക്കാരുടെ അതിമനോഹരമായ ലിറ്റിൽഫ്ളവർ പള്ളി. കലൂരിൽ ലത്തീൻകാരുടെ സെന്റ് ഫ്രാൻസീസ് പള്ളി. മാർത്തോമ, യാക്കോബായ തുടങ്ങി എല്ലാ വിഭാഗം ക്രിസ്ത്യാനികൾക്കും. ഒന്നിനൊന്ന് കിടപിടിക്കുന്ന ദേവാലയങ്ങൾ. വിധവ എല്ലാം അത്ഭുതത്തോടെ നോക്കി. പക്ഷേ വിധവയെ വേദനിപ്പിച്ചത് ഈ ദേവാലയങ്ങളുടെ സമീപം കണ്ട ചേരികളായിരുന്നു. കപ്പലുപള്ളിയുടെയും സുറിയാനിക്കാരുടെ സെന്റ് മേരീസ് ബസലിക്കയുടെയും അടുത്താണ് 'പോർക്കിൻ കൂട്'എന്ന് അറിയപ്പെടുന്ന നൂറുകണക്കിന് പാവപ്പെട്ടവരുള്ള നഗരത്തിലെ കോളനി. ഉദയ കോളനി, പുഷ്പ കോളനി, കരിത്തല കോളനി, കമ്മാട്ടിപ്പാട്ടം, പി. ആന്റ് ടി. കോളനി, മൂപ്പൻ കോളനി തുടങ്ങി നഗരത്തിന്റെ വിവിധ ഭാഗങ്ങളിൽ ആയിരങ്ങളാണ് കൂരകളിൽ കഴിയുന്നത്. അവർക്ക് കുടിവെള്ളമില്ല. കക്കൂസുകളില്ല. പാമ്പുകളും ഈച്ചകളും കൊതുകുകളുമാണ് കൂട്ട് . ദൈവത്തിനു വസിക്കാൻ കോടികൾ മുടക്കി ആലയം പണിയുന്നവർ ഈ പട്ടിണി പാവങ്ങളെ അറിയുന്നില്ല. വിധവയ്ക്കു സങ്കടമായി. അന്തിമ വിധിനാളിനെക്കുറിച്ച് ബൈബിളിൽ പറഞ്ഞിട്ടുള്ളത് വിധവ ഓർത്തു.

ലോകാവസാനം യേശു തന്റെ അത്യുന്നത പീഠത്തിൽ ഇരുന്നുകൊണ്ട് കല്പിച്ചു. “എന്റെ വലതു ഭാഗത്തുള്ളവർ അവർക്കായി തയ്യാറാക്കിയിരിക്കുന്ന സ്വർഗ്ഗത്തിലേക്കും ഇടതു ഭാഗത്തുള്ളവർ നരകത്തിലേക്കും പോകട്ടെ”.

അപ്പോൾ നരകത്തിലേക്കു വിധിക്കപ്പെട്ട ജനം യേശുവിനോട് ചോദിച്ചു. “എന്തുകൊണ്ടാണ് നീ ഞങ്ങളെ നരകാഗ്നിയിലേക്ക് തള്ളി വിട്ടത്”.

“എനിക്കു വിശന്നപ്പോൾ നിങ്ങൾ എനിക്കഭയം നല്കിയില്ല. ഞാൻ നഗ്നനായിരുന്നപ്പോൾ എനിക്കു വസ്ത്രം നല്കിയില്ല. ദാഹിച്ചപ്പോൾ ജലം നല്കിയില്ല”. യേശു അവനോടു പറഞ്ഞു.

“നീ എപ്പോഴാണ് വിശന്ന് ഞങ്ങളുടെ അടുത്ത് വന്നത്? എപ്പോഴാണ് നീ നഗ്നനായി വന്നത്? 0എപ്പോഴാണ് നീ ദാഹിച്ചു വന്നത്?” അവർ അവനോടു ചോദിച്ചു.

“നിങ്ങളിലൊരുവൻ എന്റെ നാമത്തിൽ നിങ്ങളോട് ഭക്ഷണം ചോദിച്ചു. നിങ്ങൾ നല്കിയില്ല. നിങ്ങളിലൊരുവൻ നഗ്നനായപ്പോൾ

നിങ്ങൾ വസ്ത്രം നല്കിയില്ല. നിങ്ങളിലൊരുവൻ ദാഹിച്ചപ്പോൾ നിങ്ങൾ വെള്ളം നല്കിയില്ല". യേശു കുപിതനായി അവരോട് പറഞ്ഞു.

ഏതായാലും യേശുവിന്റെ ഭൂമിയിലെ കാണപ്പെടുന്ന പ്രതിനിധികളോട് ഈ കാര്യം പറയാൻ വിധവ തീരുമാനിച്ചു. ആദ്യം കർദ്ദിനാൾ ഹൗസിലാണ് ചെന്നത്. അവിടെ മൂന്ന് പിതാക്കന്മാരുണ്ടല്ലോ. പക്ഷേ റിസപ്ഷനിൽ അന്വേഷിച്ചപ്പോൾ മൂന്നു പിതാക്കന്മാരും മയക്കത്തിലാണ്. എപ്പോൾ എഴുന്നേൽക്കുമെന്ന് അവിടെ ഇരിക്കുന്ന 'സിസ്റ്റർ'ക്കു പോലും അറിയില്ലായിരുന്നു.

തൊട്ടടുത്ത വരാപ്പുഴ ബിഷപ്പ് ഹൗസിൽ ചെന്നു. അവിടെ രണ്ടു പിതാക്കന്മാരാണല്ലോ. പക്ഷേ അവിടെയും പിതാക്കന്മാർ ഉച്ചയുറക്കത്തിലായിരുന്നു.

വിധവയ്ക്ക് നിരാശയായി. യേശുവിന്റെ ഭൂമിയിലെ പ്രതിപുരുഷന്മാരെല്ലാം മയക്കത്തിലാണ്. ചുറ്റുമുള്ള ദാരിദ്ര്യവും കണ്ണുനീരും അവർ കാണുന്നില്ല.

അപ്പോഴാണ് ജനപ്രതിനിധികളെ കണ്ടാലെന്ത് എന്ന് വിധവയ്ക്കു തോന്നിയത്. മൂന്നു പ്രാവശ്യം എം.പി.യും മന്ത്രിയും ഇപ്പോൾ എം.എൽ. എയുമായിരിക്കുന്ന ജനപ്രതിനിധിയെ കാണാൻ ജില്ലാ കോൺഗ്രസ്സ് ഓഫീസ്സ് 'ചൈതന്യ'യിൽ എത്തി. അവിടെ കൊച്ചിൻ കോർപ്പറേഷനിലെ യു.ഡി.എഫ്. കൗൺസിലർമാരും പ്രാദേശിക നേതാക്കന്മാരും പങ്കെടുക്കുന്ന ഒരു യോഗം നടക്കുകയാണ്. ബൈബിളിലെ വിധവയാണ് വന്നിരിക്കുന്നതെന്നറിഞ്ഞ എം.എൽ.എ. നിറഞ്ഞ ചിരിയുമായി പുറത്തു വന്നു. "എന്താ സാറെ, കൊച്ചിയുടെ ദയനീയ സ്ഥിതിക്കു ഒരു പരിഹാരമില്ലേ. ചീഞ്ഞു നാറുന്ന ഒരു നഗരം. ഉടുതുണിക്കു മറുതുണിയില്ലാത്ത പട്ടിണിപ്പാവങ്ങൾ തിങ്ങി താമസിക്കുന്ന കോളനികൾ." വിധവ എം.എൽ.എയോട് വിനയപൂർവ്വം ചോദിച്ചു.

"എന്താ ചെയ്യുക. മുപ്പത്തിമൂന്നു വർഷമായി കൊച്ചിൻ കോർപ്പറേഷൻ ഭരിക്കുന്നത് മാർക്സിസ്റ്റ് പാർട്ടി നേതൃത്വം കൊടുക്കുന്ന ഇടതുമുന്നണിയല്ലേ. അവർ നിഷ്ക്രിയരാണ്. മാലിന്യം നീക്കുന്ന കാര്യത്തിൽ അമ്പേ പരാജയപ്പെട്ട കോർപ്പറേഷനെ മാറ്റി സർക്കാരുതന്നെ കളക്ടറെ ഏല്പിച്ചിരിക്കുകയാണ്." എം.എൽ.എ. സ്വതസിദ്ധമായ ചിരിയോടെ കൈ മലർത്തി.

"ഞാൻ മന്ത്രിയായിരുന്നപ്പോൾ മ്യൂസിക്കൽ ഫൗണ്ടൻ വാക്ക്‌വേ എന്നിവ ഉണ്ടാക്കി. ഡർബാർ ഹാൾ ഗ്രൗണ്ട് സൗന്ദര്യവത്കരിച്ചു.

നോർത്ത്-സൗത്ത് റെയിൽവേ സ്റ്റേഷൻ റോഡുകൾ മനോഹരമാക്കി. എന്റെ കാലത്താണ് ഗോശ്രീ പാലങ്ങൾ പണിതത്." എം.എൽ.എ. നേട്ടങ്ങൾ ഒന്നൊന്നായി എടുത്തുകാട്ടി.

ഇതുകൊണ്ട് കോളനിക്കാർക്ക് എന്തു ഗുണം? വിധവ മനസ്സിൽ ഓർത്തു. പിന്നീട് വിധവ പത്രപ്രവർത്തകനും അഭിഭാഷകനുമായ എം.പി.യെ കണ്ടു. കേന്ദ്രസർക്കാരുമായുള്ള ഏതു കാര്യത്തിലും താൻ സഹായിക്കാം എന്നു പറഞ്ഞു എം.പി.യും വിധവയെ കൈയൊഴിഞ്ഞു.

എന്നാൽ മേയറെ കാണാം എന്നു വിധവ വിചാരിച്ചു. ഒന്നുമില്ലെങ്കിലും കൊച്ചിയുടെപ്രഥമ വനിതാ മേയറല്ലേ. കോളേജ് അദ്ധ്യാപിക യല്ലേ.

"ഞാനെന്തു ചെയ്യാനാണ്. എനിക്കു മുമ്പ് പുരുഷ മേയർമാർ എത്ര പേരുണ്ടായിരുന്നു. അവർക്കൊന്നും ചെയ്യാൻ സാധിക്കാത്ത സ്ഥാനത്ത് ഈ പാവം അദ്ധ്യാപികയ്ക്കെന്തു ചെയ്യാൻ കഴിയും. മാത്രമല്ല, എന്റെ മുറിയുടെ നേരെ എതിരെയുള്ള മുറി കണ്ടില്ലേ? അവിടെയാണ് ആൾ ക്കൂട്ടം. ഡെപ്യൂട്ടി മേയറാണ് അവിടെ ഇരിക്കുന്നത്. പാർട്ടിയുടെ ആളാണ്. ഞാൻ വെറും ഒരു പാവം." മേയർ ദുഃഖത്തോടെ പറഞ്ഞു.

ഏതായാലും ജില്ലാഭരണകൂടത്തിന്റെ തലവനായ കളക്ടറെക്കൂടി കാണാൻ വിധവ തീരുമാനിച്ചു.

“എറണാകുളം കളക്ടർ മറ്റു കളക്ടർമാരെ പോലെയല്ല. വി.വി. ഐ.പി.കളെ സ്വീകരിക്കാൻ എയർപോർട്ടിൽ പോകണം. മുഖ്യ മന്ത്രിയും മറ്റു മന്ത്രിമാരും വരുമ്പോൾ ഗസ്റ്റ് ഹൗസിൽ എത്തണം. വല്ലാർപാടം അന്തർദേശീയ കണ്ടെയിനർ ടെർമിലിനുള്ള സ്ഥലം എടു ക്കണം. ഗോശ്രീ ഡവലപ്മെന്റ് അതോറിറ്റിയുടെ സെക്രട്ടറിയാണ്. സ്മാർട്ട് സിറ്റി പ്രോജക്ട് സൂപ്പർവൈസ് ചെയ്യണം. ഇപ്പോഴാണെങ്കിൽ നഗരത്തിലെ മാലിന്യം നീക്കുന്ന ജോലിയുമുണ്ട്. രാത്രി രണ്ടു മണിക്കു കിടന്നാൽ വെളുപ്പിനെ എഴുന്നേൽക്കണം. മൂത്രം ഒഴിക്കാൻ നേരമില്ല.” ജില്ലാ കളക്ടർ തന്റെ ദുഃഖങ്ങളെല്ലാം വിധവയുടെ മുമ്പിൽ നിരത്തി വച്ചു.

വിധവ എല്ലാം കാണുകയും കേൾക്കുകയും ചെയ്തതോടെ തല കറങ്ങി. താഴേക്ക് വീണു.

“വിധവെ, വീഴല്ലേ. ഞാൻ താങ്ങി ഇരുത്താം.” ഞാൻ ഉറക്കെ വിളിച്ചു പറഞ്ഞു.

“നിങ്ങൾ ഏതു വിധവയെയാണ് ഈ പാതിരായ്ക്കു വിളിക്കുന്നത്. ഞാൻ എപ്പോഴും പറയാറില്ലേ. കുരിശു വരച്ചു കിടക്കണമെന്ന്.” തൊട്ട ടുത്തു കിടന്നിരുന്ന ഭാര്യ ഷേർലി എന്നെ കുലുക്കിവിളിച്ചുകൊണ്ടു പറഞ്ഞു.

62

‘ഗോൾഡാഘാന ചക്ക്’

ഡൽഹി കേരള ഹൗസ്സിൽ താമസിക്കുമ്പോഴൊക്കെ രാവിലെ എന്റെ നടത്തം ‘ഗോൾഡാഘാന ചക്ക്’നു സമീപമുള്ള സേക്രഡ് ഹാർട്ട് കത്തീഡ്രലിലേക്കാണ്. ഏതാണ്ട് അരമണിക്കൂർ എടുക്കും. പള്ളിയിൽ കയറി പ്രാർത്ഥിക്കും. പിന്നീട് തിരിച്ച് നടക്കും. അതും അര മണി ക്കൂർ. അങ്ങനെ മൊത്തം രാവിലെ ഉള്ള നടത്തം ഒരു മണിക്കൂർ.

'ഗോൾഡാഘാന ചക്ര'ത്തിനു ചുറ്റുമാണ് പ്രസിദ്ധമായ ബംഗ്ളാ സാഹിബ്ബ് ഗുരുദ്വാര, ജനറൽ പോസ്റ്റ് ഓഫീസ്, സി.പി.എമ്മിന്റെ ഏ.കെ.ജി. സെന്റർ, ഐ.എൻ.ടി.യു.സി. കേന്ദ്ര ഓഫീസ് തുടങ്ങിയവ യെല്ലാം.

മറ്റൊരു പ്രത്യേകത ഞാൻ കണ്ടത് ഈ 'ചക്ര'യിൽ കൂടുന്ന ഭിക്ഷ ക്കാരും കുഷ്ഠരോഗികളുമാണ്. നൂറു പേരോളം കാണും. ഉന്തുവണ്ടി യിലും സൈക്കിൾറിക്ഷയിലുമാണ് ഇവർ വരുന്നത്. ആ സമയത്ത് ദയാലുക്കളായ ചിലർ റൊട്ടി, പാല്, പഴങ്ങൾ എന്നിവ കൊണ്ടുവന്ന് ഇവർക്കു നല്കുന്നത് കാണാം. രാവിലെ ഒമ്പത് മണികഴിഞ്ഞാൽ ഇവരൊക്കെ അവരുടെ മറ്റു താവളങ്ങളിലേക്ക് പോകും. വീണ്ടും പിറ്റേ ദിവസം രാവിലെ 'ചക്ര'യിൽ എത്തും.

ഒരു ദിവസം രാവിലെ കണ്ട കാഴ്ച എന്നെ അത്ഭുതപ്പെടുത്തി. ഒരു സൈക്കിൾ റിക്ഷയിൽ മൊബൈൽ ടെലിഫോൺ ബൂത്ത്. 'മീറ്ററും' ഘടിപ്പിച്ചിട്ടുണ്ട്. പല യാചകരും കുഷ്ഠരോഗികളും 'ക്യൂ' ആയി നിന്ന് ഫോൺ വിളിക്കുന്നു. 'മീറ്റർ' നോക്കി ടെലിഫോൺ ചാർജ്ജ് നൽകുന്നു.

ലോക്കൽ, എസ്.ടി.ഡി., വിദേശകോളുകൾ വരെ വിളിക്കുന്നതു കണ്ടും ഇത് ഒരത്ഭുത ലോകമായി എനിക്കു തോന്നി.

63

എ.ഐ.സി.സി. - കണ്ടതും കേട്ടതും

2007 നവംബർ 17 തൽക്കത്തോറ സ്റ്റേഡിയത്തിൽ എ.ഐ.സി.സി. സമ്മേളനം നടക്കുന്നു. സോണിയാഗാന്ധിയും രാഹുൽഗാന്ധിയും തന്നെയാണ് പ്രധാനതാരങ്ങൾ. സ്റ്റേഡിയം നിറഞ്ഞ് കവിഞ്ഞ് കോൺഗ്രസ്സ് നേതാക്കൾ. കേരളത്തിൽ നിന്നുതന്നെ നൂറോളം പ്രതി നിധികളുണ്ട്. അവിടെ ഉണ്ടായ രസകരമായ ചില സംഭവങ്ങൾ.

✸

'സമ്മേളനം ആരംഭിക്കുന്നത് രാവിലെ 8.30നാണ്. ഏഴരയായപ്പോൾ തന്നെ സ്റ്റേഡിയം നിറഞ്ഞുകവിഞ്ഞു. എല്ലാ എ.ഐ.സി.സി മെമ്പർ മാർക്കും ഇരിക്കാൻ കസേര കിട്ടിയില്ല. തെന്നല ബാലകൃഷ്ണപിള്ള സാറിന്റെ കനിവുകൊണ്ട് എനിക്ക് അദ്ദേഹത്തിന്റെ തൊട്ടടുത്ത് കസേര കിട്ടി. ഞങ്ങൾ ഇരുന്ന നിരയിൽ എ.സി.ജോസ്, പ്രൊഫ. ബാലചന്ദ്രൻ തുടങ്ങി കുറെ കേരള നേതാക്കളുണ്ട്. പതിനൊന്ന് മണിയായപ്പോൾ മൂത്രശങ്ക വല്ലാതായി. ഒരു ചായ കുടിക്കണമെന്നു അതിയായ ആഗ്രഹം. പക്ഷേ എഴുന്നേറ്റു പോയാൽ കസേര നഷ്ടപ്പെടും. ഒന്നുകിൽ കസേ രയും എടുത്തുകൊണ്ട് പോകണം. അതുസാധ്യമല്ല. പിന്നെയുള്ളത് വിശ്വസിക്കാവുന്ന രണ്ടുപേരെ ഇരുത്തുക എന്നതായിരുന്നു. ഞങ്ങൾ തിരിച്ചുവരുമ്പോൾ മാറിത്തരണം. കേരളത്തിലെ പല നേതാക്കന്മാരും കസേര കിട്ടാതെ പുറകിൽ നിൽക്കുകയാണ്. അവരിൽ നിന്ന് രണ്ടു പേരെ കണ്ടുപിടിച്ചു. ഫിലിപ്പോസ് തോമസ്സും, ബാബു പ്രസാദ് എം.എൽ.എയും. രണ്ടുപേരും മാന്യന്മാർ. അവരെ ഞങ്ങളുടെ കസേര യിൽ പിടിച്ചിരുത്തി. തെന്നലസാറും ഞാനും പുറത്തുപോയി. മൂത്രം ഒഴിച്ചു. ചായകുടിച്ചു. തിരിച്ചുവന്നപ്പോൾ അവർ മാന്യത നിലനിർത്തി. ഞങ്ങൾക്ക് കസേര തിരിച്ചുകിട്ടി.

"ഞങ്ങളെ നിങ്ങൾ തൂവാലയാക്കി" ബാബു പ്രസാദ് പരിഭവിച്ചു. 'എടോ, അതിനും ഒരുഭാഗ്യം വേണം. ഞങ്ങൾ വേറെ ആരേയും വിളി ച്ചില്ലല്ലോ?'ഞാൻ ബാബു പ്രസാദിനെ ആശ്വസിപ്പിച്ചു.

✸

ഈ എ.ഐ.സി.സി. രാഹുൽഗാന്ധി പാർട്ടി ജനറൽ സെക്രട്ടറിയായി സജീവമായി രാഷ്ട്രീയ പ്രശ്നം നടത്തുന്നതിന്റെ രംഗപൂജയായിരുന്നു. ഇതുപോലെ ഒരു രംഗപൂജ 1982ൽ ഇതേ സ്റ്റേഡിയത്തിൽ നടന്നു. സഞ്ജയ്ഗാന്ധിയുടെ അപകട മരണത്തിനുശേഷം അമ്മ ഇന്ദിരാജിയെ സഹായിക്കാൻ മകൻ രാജീവ്ഗാന്ധി കോൺഗ്രസ്സ് ജനറൽ സെക്രട്ടറി യായതും തൽക്കത്തോറ സ്റ്റേഡിയത്തിലെ എ.ഐ.സി.സിയിലായി രുന്നു ചരിത്രം വീണ്ടും ആവർത്തിച്ചു. അമ്മ സോണിയയെ സഹായി ക്കാൻ മകൻ രാഹുൽ പാർട്ടി ജനറൽ സെക്രട്ടറിയാകുന്നു.

✸

17നു രാവിലെ എ.ഐ.സി.സി നടക്കുന്ന തൽക്കത്തോറ സ്റ്റേഡിയ ത്തിൽ ബാഡ്ജ് എടുക്കുന്നതിന് മുൻമന്ത്രി ദാമോദരൻ കാളാശ്ശേരി എത്തി. പക്ഷേ അദ്ദേഹത്തിനുള്ള ബാഡ്ജ് എ.ഐ.സി.സിയിൽ നൽകേണ്ട വാർഷിക ഫീസ്സ് 700രൂപ നൽകി മറ്റാരോ നേരത്തേ തന്നെ വാങ്ങിയിരിക്കുന്നു. തീർച്ചയായും ഏതെങ്കിലും കേരള നേതാവായി രിക്കണം. കാളാശ്ശേരി വിടുമോ. ഒച്ചപ്പാടായി. പത്രക്കാർകൂടി. പെട്ടെന്നു തന്നെ ഒരു എ.ഐ.സി.സി ഭാരവാഹി കാളാശ്ശേരിക്ക് ബാഡ്ജ് നല്കി അദ്ദേഹത്തെ സ്റ്റേഡിയത്തിനകത്താക്കി, രംഗം ശാന്തമാക്കി.

✸

സ്റ്റേഡിയത്തിനകത്തേക്ക് കടക്കുമ്പോൾ അതിശക്തമായ 'സെക്യൂരിറ്റ് ചെക്കാണ്' ഓരോ ഡലിഗേറ്റും സ്വന്തം പേരും, വന്നിരിക്കുന്ന സംസ്ഥാനത്തിന്റെ പേരും പറയണം. ഫോട്ടോ, പതിപ്പിച്ച ഐഡൻറിറ്റി കാർഡ് കാണിക്കണം. പക്ഷേ ഞങ്ങളുടെ കൂടെയുള്ള ഒരു നേതാവ് എ.ഐ. സി.സി അംഗമല്ലായിരുന്നു. ഐഡന്റിറ്റിക്കാർഡിലെ ഫോട്ടോ കാണിച്ചാൽ കള്ളിപുറത്താകും. നേതാവ് ബുദ്ധിപൂർവ്വം പറഞ്ഞു. "പേര് ചോദിക്കരുത്, പറയരുത് ഞാനൊരു കോൺഗ്രസ്സുകാരനാണ്" "മതം ഏതായാലും മനുഷ്യൻ നന്നായാൽ മതി. ജാതി ചോദിക്കരുത്, പറയരുത്" എന്ന ഗുരു വചനത്തിന്റെ നാട്ടിൽ നിന്നുവന്ന കോൺഗ്രസ്സുകാരനല്ലേ ഇങ്ങനെ പറയാൻ കഴിയൂ.

✸

എ.ഐ.സി.സി സമ്മേളനങ്ങളിലെ ഒരു പ്രത്യേകത പ്രസംഗങ്ങൾ നടക്കുന്നതിനിടെ തുടങ്ങുന്ന മുദ്രാവാക്യം വിളികളാണ്. പുട്ടിന് പീര ചേർക്കുന്നതുപോലെ ഇടയ്ക്കിടക്ക് വിളികൾ ഉയരും. "സോണിയാ ഗാന്ധി ജിന്ദാബാദ്, രാഹുൽഗാന്ധി ജിന്ദാബാദ്"

✸

സമ്മേളനത്തിൽ ആദ്യം വന്നവരെല്ലാം കസേരകൾ കൈക്കലാക്കി. പിന്നീട് വന്നവർക്കെല്ലാം അവിടെയും ഇവിടെയും നില്ക്കേണ്ടിവന്നു. കസേരയിൽ ഇരുന്നവർ തന്നെ മൂത്രം ഒഴിക്കാനോ, ഭക്ഷണം കഴിക്കാനോ പോകുമ്പോൾ 'ഡലിഗേറ്റ്സിന്' നല്കിയിട്ടുള്ള ഫയൽ കസേരയിൽ വെക്കും 'സീറ്റ്' നഷ്ടപ്പെടുത്താതെ നോക്കാൻ അടുത്തിരിക്കുന്നവരെ ചുമതലപ്പെടുത്തും

എന്നാൽ ഇതൊക്കെ ചില വനിതാ മെമ്പർമാർക്ക് ബാധകമായിരുന്നില്ല. ഏതെങ്കിലും സീറ്റ് ഒഴിവായാൽ അവർ ഫയൽ നിലത്തെടുത്ത് വച്ച് കസേര കൈയേറും. അടുത്തുള്ളവർ മുന്നറിയിപ്പു നല്കിയാൽ ഈ വനിതാനേതാക്കൾ തട്ടിക്കയറും. ഞങ്ങളുടെ തൊട്ടുമുമ്പിലുള്ള കസേരയിലിരുന്ന ഒരു സീനിയർ നേതാവ് തന്റെ ഫയൽ കസേരയിൽ വച്ച് അടുത്തിരുന്ന സഹപ്രവർത്തകനെ സീറ്റു സൂക്ഷിക്കുവാൻ പ്രത്യേകം ഏല്പിച്ച് പുറത്തേക്കുപോയി. പക്ഷേ, ഒരു ചെറുപ്പക്കാരി

'ഫയൽ'മാറ്റി വച്ച് കസേരയിൽ ഇരുന്നു. അടുത്തിരുന്ന നേതാവ് വനിതാ നേതാവിന് മുന്നറിയിപ്പ് നൽകിയെങ്കിലും അവർ അല്പം പോലും 'മൈൻഡു'ചെയ്തില്ല. കുറെ കഴിഞ്ഞപ്പോൾ സീനിയർ നേതാവ് എത്തി. വനിതാനേതാവിന് അനക്കമില്ല. വക്കാണം ശക്തമായി. ശബ്ദം ഉയർന്നു. അവസാനം അടുത്ത കസേരയിലിരുന്ന നേതാവിന്റെ ഉപദേശപ്രകാരം സീനിയർ നേതാവും വനിതാ നേതാവും ഒരു 'സീറ്റിൽ' തന്നെ അഡ്ജസ്റ്റ് ചെയ്തു. കുറെ നേരം രണ്ടുപേരും വളരെ ഗൗരവത്തിലായിരുന്നു. സാവധാനത്തിൽ രണ്ടുപേരും ചിരിക്കാൻ തുടങ്ങി. പിന്നീട് രണ്ട് ശരീരവും മാറുന്നതുകണ്ടു. എന്തൊരു മറി മായം. ഇതാണ് കോൺഗ്രസ്സ്! ഒരു മനസ്സുമായി ഇവർ.

✹

എല്ലാ സംസ്ഥാനങ്ങളിൽ നിന്നുമുള്ള തെരഞ്ഞെടുക്കപ്പെട്ട ഏതാനും പ്രതിനിധികൾ എ.ഐ.സി.സിയിൽ പ്രസംഗിക്കാറുണ്ട്. ഓരോ 'സ്റ്റേറ്റിൽ നിന്നും വളരെ പ്രധാനപ്പെട്ട നേതാക്കന്മാരാണ് പ്രസംഗി ക്കുക. തമിഴ്നാട്ടിൽ നിന്നും പ്രസംഗിച്ച നേതാവിന്റെ പ്രസംഗം വളരെ ശ്രദ്ധാർഹമായി. "ഞാൻ കോൺഗ്രസ്സിനെ പിന്തുണയ്ക്കുന്ന ഒരാളാണ്. തമിഴ്നാട്ടിൽ വളരെ വർഷങ്ങളായി കോൺഗ്രസ്സ് അധികാരത്തിൽ നിന്ന് പുറത്താണ്" "കോൺഗ്രസ്സ് തമിഴ്നാട്ടിൽ അധികാരത്തിൽ നിന്ന് പുറത്താകാനുള്ള കാര്യം മനസ്സിലായി. തമിഴ്നാട്ടിൽ നിന്നുമുള്ള എ.ഐ.സി.സി അംഗം പോലും കോൺഗ്രസ്സ് പ്രവർത്തകനല്ല. പിന്തുണ യ്ക്കുന്നയാളാണ്" എന്റെ തൊട്ടടുത്തിരുന്ന ഒരു നേതാവ് പറഞ്ഞു.

✹

"**നി**ങ്ങൾ ഡൽഹിയിലല്ലേ?" അതിരാവിലെ എന്റെ ഭാര്യ ഷേർളി വിളിച്ചു ചോദിച്ചു" "അതെന്താ? ഞാൻ എ.ഐ.സി.സി സമ്മേളനത്തി ലായിരുന്നു ഇന്നലെ മുഴുവൻ സമയവും" ഞാൻ ഷേർളിയോട് പറഞ്ഞു. "പക്ഷേ, നിങ്ങളുടെ ഫോട്ടോയില്ല. വാർത്തയിൽ പേരില്ല. ഒരു ചാന ലിലും കാണാൻ ഇല്ല" ഷേർളി എന്നെ കളിയാക്കി.

വാർത്തയിലും ചാനലിലും വന്നില്ലെങ്കിൽ ഭാര്യപോലും ഞാൻ എ.ഐ.സി.സിൽ പങ്കെടുത്തു എന്ന് വിശ്വസിക്കില്ല എന്ന കാര്യം

എനിക്കു മനസ്സിലായി. എന്റെ ചിലസുഹൃത്തുകൾ ചാനലിലും വാർത്തയിലും വരാൻ കാണിക്കുന്ന പരാക്രമത്തിന്റെ രഹസ്യവും എനിക്കു ബോധ്യമായി.

✸

"എന്താ ടീച്ചറെ, തൽക്കത്തോറ സ്റ്റേഡിയത്തിലേക്കു വരുന്നില്ലേ? രാവിലെ 8.30ന് സോണിയാഗാന്ധി പതാക ഉയർത്തും" കേരള ഹൗസിലെ റസ്റ്റോറന്റിൽ ചായകുടിക്കുന്ന കേരളത്തിലെ ഒരു സീനിയർ വനിതാ കോൺഗ്രസ്സ് നേതാവിനോട് ഞാൻ ചോദിച്ചു. "മാഷേ ഒരു രഹസ്യം പറയാം, ഞാൻ എ.ഐ.സി.സി മെമ്പറല്ല. അതുകൊണ്ട് 'പാസ്സി'ല്ല. പിന്നെ എങ്ങനെ വരും" ടീച്ചറുടെ ദുഃഖം എനിക്കു മനസ്സിലായി "എന്നാ ടീച്ചറ് എന്തിനാ ഡൽഹിക്കുവന്നത്. വീട്ടിൽ ഇരുന്നാൽ പോരായിരുന്നോ." ഞാൻ ചോദിച്ചു.

"ഇവിടെ എ.ഐ.സി.സി നടക്കുമ്പോൾ ഞാൻ വീട്ടിലിരുന്നാൽ നാട്ടുകാരെന്തുപറയും. മാത്രമല്ല, എന്റെ ജില്ലയിലെ എല്ലാ 'ഛോട്ടാ' നേതാക്കളും ഡൽഹിക്കു പറന്നു. നാണക്കേട് ഒഴിവാക്കാൻ ഞാനും പോന്നു" ടീച്ചറുടെ പരിഭവത്തിൽ ഞാൻ പങ്കുചേർന്നു.

✸

"രാഹുൽ ഗാന്ധിയുടെ ശത്രുക്കൾ അദ്ദേഹത്തിന്റെ കൂടെയുള്ളവരാണ്"എ.ഐ.സി.സി. സമ്മേളനത്തിൽ രാഹുലിന്റെ പ്രസംഗം കഴിഞ്ഞപ്പോൾ ചില പത്രസുഹൃത്തുക്കൾ എന്നോട് പറഞ്ഞു. "അതെന്താടോ?" ഞാൻ ചോദിച്ചു "ഈ സമ്മേളനം രാഹുലിന്റെ രാഷ്ട്രീയ അരങ്ങേറ്റത്തിനുള്ള വേദിയായിരുന്നു. സ്വാഭാവികമായി ആവേശജനകമായ ഒരു പ്രസംഗം എല്ലാവരും പ്രതീക്ഷിച്ചിരുന്നു. സോണിയാഗാന്ധിയുടെയും, പ്രധാനമന്ത്രിയുടെയും പ്രസംഗത്തേക്കാൾ മീഡിയാ പ്രതീക്ഷിച്ചിരുന്ന പ്രധാന പ്രസംഗവും രാഹുലിന്റേതായിരുന്നു. പക്ഷേ, പ്രസംഗം തയ്യാറാക്കാൻ രാഹുലിനെ സഹായിച്ചവർക്ക് വ്യക്തമായ കാഴ്ചപ്പാടില്ലാതെ പോയി. പ്രസംഗം നന്നായില്ല." പത്രസുഹൃത്ത് തന്റെ നിരാശ വെളിപ്പെടുത്തി.

✸

എ.ഐ.സി.സി സമ്മേളനങ്ങൾക്ക് എപ്പോഴും പ്രത്യേകതകൾ ഉണ്ട്. കോൺഗ്രസ്സുകാരെ സംബന്ധിച്ചിടത്തോളം കുംഭമേള പോലെ ഒരു ഉത്സവമാണ്. എല്ലാവരും തൂവെള്ള ഖദർ വസ്ത്രങ്ങൾ അണിഞ്ഞ് ഗാന്ധി തൊപ്പികളും ധരിച്ചാണ് വരിക. എവിടെയും വെൺമയും, കൂട്ടായ്മയും. സ്റ്റേജിൽ നേതാക്കന്മാർ നിലത്ത് ഉരുണ്ടതലയിണകൾ ചാരി ചരിഞ്ഞും കിടന്നും സമ്മേളനത്തിൽ സജീവമാകുന്നു. വന്ദേമാതരത്തോടെ ആരംഭിക്കുന്നു.

എന്നാൽ 07 നവംബർ 17ലെ തൽക്കത്തോറ സമ്മേളനത്തിൽ പ്രകടമായ മാറ്റങ്ങൾ കണ്ടു. ഖാദി വസ്ത്രധാരികൾ കുറയുന്നു. ഗാന്ധി തൊപ്പി ഏതാനും പേർക്കുമാത്രം. വന്ദേമാതരത്തിന്റെ കേട്ടുപഴക്കമുള്ള ഗുണം മാറി. 'പച്ചപ്പനംതത്തേ' എന്ന പ്രസിദ്ധമായ ഇക്കിളി പാട്ടിന്റെ 'ട്യൂണാ'യിരുന്നു ഈ പ്രാവശ്യം വന്ദേമാതരത്തിന്. പ്രതിനിധികളെല്ലാം കസേരയിൽ. പണ്ട് മുതിർന്ന നേതാക്കൾ മാത്രം അംബാസിഡറിൽ വന്നിരുന്ന സ്ഥാനത്ത് നൂറുകണക്കിന് ഒഴുകുന്ന ആധുനിക ആഡംബരകൊട്ടാരങ്ങൾ. പക്ഷേ ഒരു കാര്യത്തിൽ മാറ്റമുണ്ടായില്ല. കോൺഗ്രസ്സ് മെമ്പർമാരാകണമെങ്കിൽ, ഖദർ ധരിക്കണം. മദ്യവും മയക്കുമരുന്നും ഉപേക്ഷിക്കണം. ഈ നിബന്ധനകൾ കൃത്യമായി പാലിക്കുന്ന എത്ര കോൺഗ്രസ്സുകാരുണ്ടെന്ന് മറ്റൊരു കാര്യം.

64

രാഹു(ൽ)കാലം

കുമ്പളങ്ങിയിലെ ചായക്കടകൾക്ക്, മുറുക്കാൻ കടകൾക്ക് ചില പ്രത്യേകതകളുണ്ട്. ഒന്ന്, ഈ കടകളിൽ എഴുതിവച്ചിരിക്കുന്ന ചില അറിയിപ്പുകളാണ്. "ഇന്ന് രൊക്കം നാളെ കടം" "രാഷ്ട്രീയചർച്ചപാടില്ല" "പത്രം വായിക്കുമ്പോൾ നിശ്ശബ്ദത പാലിക്കണം" രണ്ട്, ഈ കടകളിലെല്ലാം പത്രം ഉറക്കെവായിക്കുന്ന ഒരു വായനക്കാരൻ ഉണ്ടാകും. ആദ്യ പേജു മുതൽ അവസാനപേജുവരെ ഒന്നു വിടാതെ ഉച്ചത്തിൽ വായിക്കും. വായിച്ചുകൊണ്ടിരിക്കുമ്പോൾ അഭിപ്രായപ്രകടനം പാടില്ല. 07 നവമ്പർ 18നു ഡൽഹിയിൽ നടക്കുന്ന എ.ഐ.സി.സി സമ്മേളനത്തെ കുറിച്ചുള്ള

വാർത്തകൾ കുമ്പളങ്ങിയിലെ ഒരു ചായക്കടയിൽ വായിക്കുകയായിരുന്നു. "കോൺഗ്രസ്സിന് ഇനി രാഹുകാലം". ഇതുകേട്ട കോൺ ഗ്രസ്സ്കാരന് സഹിക്കാൻ കഴിഞ്ഞില്ല "എടോ, കോൺഗ്രസ്സിന് ഇനി രാഹുകാലം അല്ല. രാഹുൽ കാലമാണ്. കമ്മ്യൂണിസ്റ്റ്കാർക്കാണ് ഇനി രാഹുകാലം" വായനക്കാരൻ സി.പി.എം പ്രവർത്തകനും കേൾവിക്കാരൻ കോൺഗ്രസ്സുകാരനും ആയിരുന്നു.

65

സ്പീക്കർ രാധാകൃഷ്ണൻ

കേരള നിയമസഭാ സ്പീക്കർ കെ. രാധാകൃഷ്ണൻ വളരെ സൗമ്യനും മര്യാദക്കാരനും ലളിത ജീവിതത്തിന്റെ ഉടമയുമാണ്. പ്രതിപക്ഷ അംഗങ്ങളല്ല, അസംബ്ലിയിൽ അദ്ദേഹത്തിന് തലവേദന ഉണ്ടാക്കുന്നത് പലപ്പോഴും ഭരണകക്ഷി അംഗങ്ങളാണ് നിയമസഭാ നടപടികൾ സമാധാന

പരമായി കൊണ്ടുപോകുന്നതിന്റെ ഉത്തരവാദിത്തം ഭരണകക്ഷിക്കാണ്. എന്നാൽ 12-ാം നിയമസഭയിൽ മൃഗീയമായ ഭൂരിപക്ഷം ഇടതുമുന്നണിക്കുള്ളതുകൊണ്ടും പല ഇടത് അംഗങ്ങളും പുതുമുഖങ്ങളായതു കൊണ്ടും സഭാതലം ശബ്ദനിബിഡമാക്കുന്നതും അവരുതന്നെയാണ്. ഇതിനിടയിൽ ശ്വാസംമുട്ടുന്നത് സ്പീക്കർ രാധാകൃഷ്ണനും.

എറണാകുളം പ്രസ്സ്ക്ലബ്ബിൽ പത്രപ്രവർത്തകർക്കുള്ള തുടർ വിദ്യാഭ്യാസ പദ്ധതി ഉദ്ഘാടനം ചെയ്തത് സ്പീക്കറാണ്. തന്റെ സ്വതസിദ്ധമായ ചിരിയോടെ സ്പീക്കർ നടത്തിയ പ്രസംഗം ശ്രദ്ധാർഹമായിരുന്നു.

✱

സ്പീക്കർ എന്നാൽ അധികം പ്രസംഗിക്കുന്നവനോ, പ്രസംഗിക്കേണ്ടവനോ എന്നാണ് പൊതുവെയുള്ള കാഴ്ചപ്പാട്. എന്നാൽ ഏറ്റവും കുറച്ച് പ്രസംഗിക്കേണ്ടത് സ്പീക്കറാണെന്നാണ് എന്റെ കാഴ്ചപ്പാട് സ്പീക്കർ രാധാകൃഷ്ണൻ തന്റെ സമീപനം വ്യക്തമാക്കി.

✱

"സാമൂഹ്യ പ്രതിബദ്ധത എല്ലവർക്കും വേണം. രാഷ്ട്രീയക്കാർ മുതൽ താഴെ തട്ടിലുള്ളവർവരെ. എല്ലാവരും തുല്യരാണ്." സ്പീക്കർ തന്റെ കാഴ്ചപ്പാട് വെളിപ്പെടുത്തുകയായി.

“ഞാൻ ഒരിക്കൽ ഒരു സ്കൂളിൽ ചെന്നപ്പോൾ കുട്ടികളോട് ചോദിച്ചു, നിങ്ങൾക്ക് ജീവിതത്തിൽ എന്താകാനാണ് മോഹം? രാഷ്ട്രീയക്കാരായി മന്ത്രിമാരും എം.പിമാരും, എം.എൽ.എമാരും ആകണ്ടെ? വേണ്ട സാർ, ആ കുട്ടികൾ എന്നോട് പറഞ്ഞു. എല്ലാ രാഷ്ട്രീയക്കാരും തട്ടിപ്പുകാരും വെട്ടിപ്പുകാരും കൈക്കൂലിക്കാരുമാണ്.

എന്നാൽ ഡോക്ടർമാരും എൻജിനീയർമാരും ആയാലോ, ഞാൻ ചോദിച്ചു. അതു കുഴപ്പമില്ല സാർ, കുട്ടികൾ എന്നോടു പറഞ്ഞു. അതെന്താ, ഞാൻ ചോദിച്ചു. ഡോക്ടർമാർക്കും എൻജിനീയർമാർക്കും നല്ല കോളല്ലെ. ഇഷ്ടം പോലെ കാശുകിട്ടും. കുട്ടികൾ എന്നോടു പറഞ്ഞു. അപ്പോൾ നിങ്ങൾക്കും പണം ധാരാളം വേണമല്ലേ, ഞാൻ അവരോട് ചോദിച്ചു.

പിന്നെ വേറെ ആഗ്രഹങ്ങൾ ഉള്ളവരുണ്ടോ, ഞാൻ അവരോട് ചോദിച്ചു. സർക്കാർ ജോലികിട്ടിയാൽ കൊള്ളാം, ചിലർ എന്നോട് പറഞ്ഞു. എന്താണ് സർക്കാർ ജോലിയുടെ പ്രത്യേകത, ഞാൻ അവരോട് തിരക്കി.

സാറെ, ഒരു ജോലിചെയ്തില്ലെങ്കിലും ഒന്നാം തീയതി ശമ്പളം കിട്ടും. ചിലപ്പോൾ കിംബളവും കിട്ടാം. ഇതായിരുന്നു കുട്ടികളുടെ മറുപടി” സ്പീക്കർ തന്റെ അനുഭവം, സരസമായി വിവരിച്ചപ്പോൾ പ്രസ്സ് ക്ലബിൽ ചിരി പരന്നു.

66

ഡോ. രാജേന്ദ്രപ്രസാദിന്റെ ഒപ്പ്

ഇന്ത്യൻ പ്രസിഡന്റിന്റെ സെക്രട്ടറി ക്രിസ്റ്റി ഫെർണാണ്ടസിന്റെ വീട്ടിൽ രാത്രി ഭക്ഷണത്തിനു ചെന്നതാണ്. മുൻഗവർണ്ണർ എം.എം.ജേക്കബ്, ഊട്ടി ഗുഡ് ഷെപ്പേർഡ് ഇന്റർനാഷനൽ സ്കൂൾ ചെയർമാൻ ഡോ. പി.സി. തോമസ്സ് അദ്ദേഹത്തിന്റെ ഭാര്യയും പ്രസിദ്ധ സിനിമാതാരം ജോസ് പ്രകാശിന്റെ മകളുമായ എൽസമ്മ തോമസ്സ് എന്നിവരൊക്കെയുണ്ട്. ഈ സന്ദർഭത്തിലാണ് ക്രിസ്റ്റി ഫെർണാണ്ടസ് കോൺസ്റ്റിറ്റ്യൂവന്റ്

അസംബ്ലിയിൽ പാസ്സാക്കിയ കോൺസ്റ്റിറ്റ്യൂഷൻ ഞങ്ങളുടെ മുമ്പിൽ കൊണ്ടുവന്നത്. പാർലിമെന്റ് ലൈബ്രറിയിലും ഞാൻ ഈ രേഖ കണ്ടിട്ടുണ്ട്.

"മാഷെ ഈ രേഖയ്ക്ക് ഒരു പ്രത്യേകതയുണ്ട്. നോക്കിക്കേ. പണ്ഡിറ്റ് ജവഹർലാൽ നെഹ്റുവിന്റെ ഒപ്പിന്റെ തൊട്ട് മുകളിൽ ഡോ. രാജേന്ദ്രപ്രസാദ് ചരിച്ച് ഒപ്പിട്ടിരിക്കുകയാണ്. എന്താ കാരണമെന്ന് അറിയുമോ? ആദ്യം ഒപ്പിട്ടത് ജവഹർലാൽ നെഹ്റുവാണ്. അദ്ദേഹമായിരുന്നല്ലോ പ്രഗൽഭൻ. പക്ഷെ രാജേന്ദ്രപ്രസാദിന്റെ അടുത്ത് 'കോൺസ്റ്റിറ്റ്യൂഷൻ' ഒപ്പിടുവാൻ കൊണ്ടുചെന്നപ്പോൾ അദ്ദേഹം ചോദിച്ചു. 'ഞാനല്ലെ കോൺസ്റ്റിറ്റ്യവന്റ് അസംബ്ലി അദ്ധ്യക്ഷൻ. ആദ്യം ഒപ്പിടേണ്ടത് ഞാനല്ലേ" അങ്ങിനെയാണ് നെഹ്റു ഒപ്പിട്ടതിന്റെ മുകളിൽ ഇടതുനിന്ന് വലത് മുകളിലേക്ക് ചരിച്ച് ഡോ. രാജേന്ദ്രപ്രസാദ് ഒപ്പിട്ടത്. ക്രിസ്റ്റിയുടെ വെളിപ്പെടുത്തൽ എനിക്ക് പുതിയൊരറിവായിരുന്നു.

67

വാരിയെല്ല്

കുമ്പളങ്ങിയിലെ ഒരു അപ്പാപ്പന്റെ കൊച്ചുമകൻ കല്ല്യാണം കഴിച്ചു. ഒരു കൊച്ചുസുന്ദരിയെ. മണവാളനും മണവാട്ടിയും തമ്മിൽ നല്ല ചേർച്ച.

“ദൈവം ഇവന്റെ വാരിയെല്ലെടുത്ത് സൃഷ്ടിച്ചത് സുന്ദരിയായ ഒരു പെൺകുട്ടിയെയാണ്” അപ്പാപ്പൻ എല്ലാവരോടും സന്തോഷത്തോടെ പറഞ്ഞു. എന്നാൽ വിവാഹം കഴിഞ്ഞ് ഏതാനും ദിവസങ്ങൾക്കുള്ളിൽ തന്നെ മണവാളനും മണവാട്ടിയും തല്ലുപിടിത്തം തുടങ്ങി. ആദ്യം മണവാട്ടിയുടെ കണ്ണുനീർ, പിന്നീട് പൊട്ടിക്കരച്ചിൽ, ഉറക്കെ ഉള്ള അല മുറകൾ ഇങ്ങനെ ഘട്ടം ഘട്ടമായി വഴക്കു മുന്നോട്ടുനീങ്ങി. മണവാളനും ഒട്ടും മോശക്കാരനായിരുന്നില്ല. മണവാട്ടി കരഞ്ഞപ്പോൾ കണ്ടെന്നു നടിച്ചില്ല, സാന്ത്വനിപ്പിച്ചില്ല. വീട്ടിൽ പോകുമെന്ന് ഭീഷണിപ്പെടുത്തിയ മണവാട്ടിയോട് പോകണ്ട എന്ന് തടസ്സം പറഞ്ഞില്ല. പകരം കൊണ്ടു പോയി ആക്കിത്തരാം എന്നു പറഞ്ഞു. അവസാനം മണവാട്ടി സ്വന്തം വീട്ടിലേക്കു തിരിച്ചുപോയി.

“ദൈവത്തിന് തെറ്റിപ്പോയി. വാരിയെല്ല് മാറിയെന്നാ തോന്നണത്” അപ്പാപ്പൻ സ്വയം ആശ്വസിച്ചു.

68
പേരുകൊണ്ടുള്ള പൊല്ലാപ്പ്

"ഡാഡി! എന്റെ പേര് ഞാൻ മാറ്റാൻ പോകുകയാണ് എന്റെ മകൾ രേഖ ഞാൻ രാത്രി വീട്ടിൽക്കയറി വന്ന ഉടനെ എന്നോട് പറഞ്ഞു.

"അതെന്താടി?" ഞാൻ ചോദിച്ചു. "എന്നെ ഇന്ന് പലരും ഫോണിൽ വിളിച്ചു ചോദിച്ചു, എനിക്ക് ഭൂമിക്കച്ചവടവും ഉണ്ടോ! കാശുവാങ്ങിയാൽ ഭൂമികൊടുത്തുകൂടെ" മകൾ അല്പം ദ്വേഷ്യത്തോടെ പറഞ്ഞു. "എടീ, എന്താണ് കാര്യം തുറന്നു പറയ്. എനിക്ക് നീ പറയുന്നത് മനസ്സിലാകുന്നില്ല" ഞാൻ ശാന്തമായി അവളോട് പറഞ്ഞു.

"ഡാഡി, ടെലിവിഷനുകളിലെ വാർത്ത 'സ്ക്രോളു' ചെയ്തു വരുന്നത് കണ്ടില്ലേ? രേഖാ തോമസ്സാണ് ഭൂമി നല്കാമെന്ന് കരാറുണ്ടാക്കി കുവൈറ്റിലെ ഏബ്രഹാമിൽ നിന്നും ആറരക്കോടി രൂപ വാങ്ങിയത്. ഇപ്പോൾ ഭൂമിയുമില്ല, രൂപയുമില്ല. മോൾ പരിഭവത്തോടെ പറഞ്ഞു. "എടീ, അതു മന്ത്രി ടി.യു. കുരുവിളയുടെ മകൾ രേഖാ തോമസ്സല്ലേ" ഞാൻ ചോദിച്ചു.

"പക്ഷേ ഡാഡി, രേഖാ തോമസ്സ് എന്ന് പേരു വാർത്തകളിൽ വന്നപ്പോൾ പലരും എന്നെയാണ് ഫോണിൽ വിളിച്ചത്". മകളുടെ പരാതി കേട്ട് ഞാൻ ചിരിച്ചു. പേരുകൊണ്ടുണ്ടായ പൊല്ലാപ്പേ!

69
പകരം

കുമ്പളങ്ങിക്കാരിയായ മറിയച്ചേടത്തി കൊച്ചി മഹാനഗരത്തിൽ എത്തി. കൂടെ കൊച്ചുമക്കളും, ഭർത്താവും ഉണ്ട്. കയറുന്ന കടകളിലെ 'ഓഫറുകൾ' കേട്ട് ചേടത്തി അത്ഭുതപ്പെട്ടു. രണ്ടുസാരിയെടുത്താൽ ഒന്ന് 'ഫ്രീ!' ഒരുപവന്റെ ആഭരണത്തിന്, ഒരു മിക്സി 'ഫ്രീ'. പഴയ ഫ്രിഡ്ജ് കൊടുത്താൽ പുതിയ മറ്റൊന്ന് കുറഞ്ഞ വിലയ്ക്ക്. എല്ലാം സൗജന്യം. ചേടത്തിയുടെ തലതരിച്ചു "എടോ, എന്റെ എഴുപതു വയസ്സുള്ള കെട്ട്യോനെ തന്നാൽ മറ്റൊരു ചെറുപ്പക്കാരനെ തരുമോ" ചേടത്തി കടക്കാരനോട് ചോദിച്ചു. ഇപ്പോൾ തലതരിച്ചത് കടക്കാരനാണ്.

70
സിംഹം

"**പ്രി**യ യൂത്ത് കോൺഗ്രസ്സ് പ്രവർത്തകരെ നിങ്ങൾ നിർഭയരാകണം. തെറ്റ് ഏത് ഭാഗത്തുനിന്ന് ഉണ്ടായാലും അതിനെ ചെറുക്കണം. എത്ര ഉന്നതരായാലും അവരുടെ വീഴ്ചകൾ ചോദ്യം ചെയ്യണം. 'സിംഹം' എന്ന അപരനാമത്തിൽ അറിയപ്പെടുന്ന യൂത്ത് കോൺഗ്രസ്സിന്റെ സ്ഥാപകനേതാക്കളിൽ ഒരാൾ യുവനേതാക്കന്മാരോട് ആഹ്വാനം ചെയ്തു.

'ഞങ്ങളൊക്കെ അങ്ങനെ വളർന്നവരാണ്. സംസ്ഥാന മന്ത്രിയും എം.പിയും കേന്ദ്രമന്ത്രിയുമൊന്നെ ആയിട്ടുണ്ടെങ്കിൽ അതിനുകാരണം ഈ ധൈര്യമാണ്. ആർ. ശങ്കറിനെപ്പോലുള്ള അതികായന്മാരെ ഞങ്ങൾ വെല്ലുവിളിച്ചിട്ടുണ്ട്. മിസ്റ്റർ ശങ്കർ എന്നാണ് അഭിസംബോധന ചെയ്യുക. ഇന്നത്തെ പോലെ നേതാക്കന്മാരുടെ പെട്ടി എടുത്ത് രാഷ്ട്രീയ അധികാരത്തിന്റെ പടവുകൾ കയറിയവരല്ല ഞങ്ങൾ" നേതാവ് കത്തിക്കയറി. സഹചരർ കയ്യടിച്ചു.

"ആർ. ശങ്കറെ പോലുള്ള അന്നത്തെ സീനിയർ നേതാക്കന്മാർ മാന്യന്മാരായിരുന്നു. അതുകൊണ്ടാണ് വിമർശനങ്ങൾ അവർ പുഞ്ചിരിച്ചു

പ്രൊഫ. കെ.വി. തോമസ്

കൊണ്ട് സ്വീകരിച്ചത്. എന്നാൽ ഇപ്പോൾ സംസാരിച്ച 'സിംഹ'ത്തി നൊന്നും ആ മാന്യതയില്ല. ശങ്കറിനോട് ഈ നേതാക്കൾ സംസാരിച്ച ഭാഷയിൽ നമ്മൾ സംസാരിച്ചാൽ പാർട്ടിയിലെ ഉള്ള സ്ഥാനവും പോകും" താഴെയിരുന്ന അനുയായികളിൽ ഒരാൾ തൊട്ടടുത്ത സുഹൃ ത്തിന്റെ ചെവിയിൽ പറഞ്ഞു.

71

എടേഴത്ത് – എഴേടത്ത്

2004ലെ പാർലിമെന്റ് തെരഞ്ഞെടുപ്പ് സമയം. യു.ഡി.എഫ് സ്ഥാനാർത്ഥിയായി സെന്റ് ആൽബർട്ട്സ് കോളജിലെ അദ്ധ്യാപകനും കുമ്പളങ്ങിക്കാരനുമായ പ്രൊഫ. എഡ്വേർഡ് മത്സരിക്കുന്നു. അദ്ദേഹ ത്തിന്റെ വീട്ടുപേർ എടേഴത്തോ, എഴേടത്തോ എന്നതായിരുന്നു പ്രധാന തർക്കവിഷയം. സ്വന്തം സ്ഥാനാർത്ഥിക്കെതിരെ ആരോപണങ്ങൾ കണ്ടെത്താനും അത് കലാപരമായി ജനമധ്യത്തിലെത്തിക്കാനും

കോൺഗ്രസ്സുകാർക്കുള്ള കഴിവ് മറ്റാർക്കുമില്ല. അങ്ങനെ കോൺഗ്രസ്സുകാർ തന്നെ ഇറക്കിയ ഒരു കഥയിതായിരുന്നു.

രാത്രി കൊച്ചി നഗരത്തിലെ പോലീസ്സുകാർ കാറിലും സ്കൂട്ടറിലും യാത്ര ചെയ്യുന്നവർ പരിധിവിട്ട് മദ്യപിച്ചിട്ടുണ്ടോ എന്ന് പരിശോധിക്കുമായിരുന്നു. സാധാരണ ഊതിയാണ് പരിശോധന. എന്നാൽ പ്രൊഫ. എഡ്വേർഡ് മത്സരിച്ചപ്പോൾ ചോദിക്കും. "എടാ, എഡ്വേർഡ് സാറിന്റെ ശരിയായ വീട്ടുപേർ എന്താണ്? എടേഴത്തോ, എഴേടത്തോ" എടേഴം എന്നുപറഞ്ഞവരെ വെറുതെവിട്ടു. കാരണം പ്രൊഫസ്സറുടെ യഥാർത്ഥ വീട്ടുപേർ എടേഴം എന്നായിരുന്നു. എഴേടം എന്നുപറഞ്ഞാൽ ഉടനെ ആശുപത്രിയിലേക്ക് ടെസ്റ്റിനു കൊണ്ടുപോകും.

72

നേതാവും ഇംഗ്ലീഷും

ജില്ലാ കോൺഗ്രസ്സ് പ്രസിഡന്റ് വി.ജെ. പൗലോസിന്റെ ജനസമ്പർക്ക പരിപാടി വിജയപ്രദമായി നടക്കുകയാണ്. മണ്ഡലങ്ങളിൽ നിന്ന് മണ്ഡലങ്ങളിലേക്ക് ജില്ലാകോൺഗ്രസ്സ് ഭാരവാഹികളെല്ലാം മത്സരിച്ച് പ്രസിഡന്റിന്റെ കൂടെയുണ്ട്. ഒരാൾ ഫണ്ട് കണക്കുപറഞ്ഞ് ഏറ്റുവാങ്ങുന്നു. മറ്റൊരാൾ 'റൂട്ട്' നിർണയിക്കുന്നു. എല്ലാവരും പ്രസിഡന്റിന്റെ പ്രത്യേക ശ്രദ്ധയ്ക്ക് മത്സരിക്കുകയാണ്.

ഒരു സ്വീകരണസ്ഥലത്ത് പ്രസിഡന്റ് എത്തി. ആദ്യം സ്വീകരണമാണ്. നോട്ടുമാലകളും പുഷ്പഹാരങ്ങളും ഷാളുകളുമായി പ്രവർത്തകർ കാത്തു നില്ക്കുന്നു. ഒരു ജില്ലാ ഭാരവാഹി ചാടി മൈക്കിനടുത്തു നിന്ന് പ്രഖ്യാപിച്ചു.

"അടുത്തത് ബഹുമാനപ്പെട്ട പ്രസിഡന്റിന് സ്വീകരണം. പേരുപറയുന്നതനുസരിച്ച് ഒരോരുത്തർ വന്ന് മാലയിട്ട് സ്വീകരിക്കണം. മാലയിടുന്നവരുടെ ലിസ്റ്റ് എടുത്ത് വായിക്കാൻ തുടങ്ങിയ ജില്ലാ ഭാരവാഹിക്ക് എത്രശ്രമിച്ചിട്ടും പേരുപറയാൻ കഴിയുന്നില്ല. ഒരു വിക്കൽ. ഒരു വിറയൽ. എന്തുപറ്റി ലിസ്റ്റിന്. ലിസ്റ്റിൽ നോക്കിയപ്പോഴാണ് കാര്യം മനസ്സിലായത്. മാലയിടേണ്ട പ്രവർത്തകരുടെ പേരെല്ലാം ഇംഗ്ലീഷിലാണ്. അഞ്ചാം ക്ലാസ്സും ഗുസ്തിയും പഠിച്ച നേതാവിന് ഇംഗ്ലീഷ് അറിയില്ല. അടുത്ത നേതാവ് എഴുന്നേറ്റു പേര് വായിക്കാൻ തുടങ്ങി.

73

ആണവക്കരാർ

07 നവംബർ 18ന് രാവിലെ 8നുള്ള ഡൽഹി - കൊച്ചി ഇന്ത്യൻ എയർലൈൻസിൽ യാത്രചെയ്യുവാൻ കേരള ഹൗസിൽ നിന്ന് എം. എം. ഹസ്സനും ഞാനും ആറു മണിക്കു തന്നെ പുറപ്പെട്ടു. കാറിൽ കയറാൻ തുടങ്ങുമ്പോഴാണ് 'മനോരമ'യും 'മാതൃഭൂമിയും'വരുന്നത്.

വിമാനത്തിൽ കയറുമ്പോൾ വായിക്കാം എന്ന് വിചാരിച്ച് രണ്ടു പത്രങ്ങളും കയ്യിലെടുത്തു. കൃത്യസമയത്തുതന്നെ വിമാനം പുറപ്പെട്ടു. ഹസ്സനും ഞാനും തൊട്ടടുത്ത 'സീറ്റി'ലാണിരിക്കുന്നത്. ഹസ്സൻ 'മനോരമ'യും ഞാൻ 'മാതൃഭൂമിയും' വായന തുടങ്ങി.

"മാഷേ ആണവക്കരാർ റദ്ദാക്കി" ഹസ്സൻ അത്ഭുതത്തോടെ എന്നോടു പറഞ്ഞു. "അതെങ്ങനെയാ ഹസ്സാ. ഇന്നലെ പ്രധാന മന്ത്രിയും കോൺഗ്രസ്സ് പ്രസിഡന്റും ആണവക്കരാറിന് അനുകൂലമായാണല്ലോ പ്രസംഗിച്ചത്. പിന്നെ ഇന്നു രാവിലെ അവരുടെ മനസ്സ് മാറുമോ?" ഞാൻ ഹസ്സനോട് ചോദിച്ചു.

ഹസ്സൻ കണ്ണട വച്ചിട്ടില്ല. തലക്കെട്ടുകളാണ് വായിക്കുന്നത്. ഞാൻ 'മനോരമ' വാങ്ങി വായിച്ചു. 'അരവണ കരാർ റദ്ദാക്കി'. സംഭവം ശബരിമലയിലാണ്. കണ്ണടയില്ലാത്തതുകൊണ്ടും ഹസ്സനു മനസ്സുമുഴുവൻ എ.ഐ.സി.സി യിലെ അമേരിക്കൻ - ഇന്ത്യൻ ആണവക്കരാർ ചർച്ചയായിരുന്നതുകൊണ്ടും ആയിരിക്കണം ഈ തോന്നലുണ്ടായത്.

74

ഇടയനും കുഞ്ഞാടും

"**മാഷേ**, ആരേ വിശ്വസിക്കും? മെത്രാപ്പോലീത്ത യൂഹാനോൻ മാർ പീലിക്സിനോസ്സ് തിരുമേനിയേയോ, ഉമ്മൻ ചാണ്ടിയേയോ?

ഞായറാഴ്ച കുമ്പളങ്ങി സെന്റ് പീറ്റേഴ്സ് പള്ളിയിലെ കുർബാന കഴിഞ്ഞ് പുറത്തിറങ്ങിയ എന്നോട് ചില കുമ്പളങ്ങി സുഹൃത്തുക്കൾ ചോദിച്ചു "അതെന്താടോ ഇങ്ങനെ ഒരു ചോദ്യം" ഞാൻ തിരിച്ചു ചോദിച്ചു "മാഷേ, യാക്കോബായ സഭയിലെ സമുന്നതനായ മെത്രാപ്പോലീത്തയാണല്ലോ മീനങ്ങാടിയിലെ യൂഹാനോൻ മാർ പീലിക്സിനോസ്സ് തിരുമേനി. കോടതിയിൽ ബൈബിൾ തൊട്ട് തിരുമേനി എന്താ പറഞ്ഞത്? മുസ്ലീംലീഗ് നേതാക്കൾ സ്കൂൾ അനുവദിക്കണമെങ്കിൽ ലീഗിന് ഒരു തുക സംഭാവന ചെയ്യണം എന്ന് തിരുമേനിയോട് ആവശ്യപ്പെട്ടു. തിരുമേനി ഈ വിവരം അന്നത്തെ യു.ഡി.എഫ് കൺവീനർ ഉമ്മൻ ചാണ്ടിയെ അറിയിച്ചു.

പക്ഷേ, ഉമ്മൻ ചാണ്ടി അതേ ബൈബിളിൽ തന്നെ കൈതൊട്ടുകൊണ്ട് എന്താ പറഞ്ഞത്; അങ്ങനെയൊരു കാര്യം തിരുമേനി തന്നോട് പറഞ്ഞിട്ടില്ലെന്ന്! അപ്പോൾ ആരെ വിശ്വസിക്കും. രണ്ടുപേരും യാക്കോബായ സഭക്കാർ. ഒരാൾ വലിയ ഇടയനായ മെത്രാപ്പോലീത്ത. മറ്റൊന്ന് കുഞ്ഞാടായ സഭയുടെ സ്വന്തം കുഞ്ഞുകുഞ്ഞ്.

75

പഠിക്കുന്ന മുഖ്യമന്ത്രി

"മാഷെ, നമ്മൾ കേരളീയർ ഏറ്റവും കൂടുതൽ ശ്രദ്ധിക്കുന്ന ഒരു രംഗമാണല്ലോ വിദ്യാഭ്യാസം. മുണ്ട് മുറുക്കിയുടുത്തും കുട്ടികളെ പഠിപ്പിക്കാനയക്കണം എന്ന് മാതാപിതാക്കൾക്ക് നിർബന്ധമാണ്. വിദ്യാധനം സർവ്വധനാൽ പ്രധാനം എന്നാണല്ലോ നമ്മുടെ കാഴ്ചപ്പാട്. ഏറ്റവും കൂടുതൽ വിവാദവും വിദ്യാഭ്യാസ രംഗത്തു തന്നെ. വിദ്യാഭ്യാസം ഒരു കച്ചവടമാക്കിയിരിക്കുന്നുവെന്നും ഇങ്ങനെ കച്ചവടം നടത്തുന്നത് അഭിവന്ദ്യപിതാക്കന്മാരാണെങ്കിൽ അവരെപ്പോലും വെറുതെ വിടില്ല എന്നും ശക്തമായ നിലപാടെടുത്തിരിക്കുന്ന എം.എ. ബേബിയാണ് നമ്മുടെ വിദ്യാഭ്യാസ മന്ത്രി. ന്യൂനപക്ഷ അവകാശങ്ങളിൽ തൊട്ടാൽ തൊടുന്നവന്റെ കൈവെട്ടും എന്ന് ഉറക്കെ പ്രഖ്യാപിക്കുന്ന യേശുവിന്റെ ജീവിച്ചിരിക്കുന്ന പ്രതിനിധികളും കേരളത്തിൽ തന്നെ". തിരുവനന്തപുരത്തു

നിന്ന് രാവിലെയുള്ള ജനശതാബ്ദിയിൽ; എന്റെ സഹയാത്രികന്റെ അഭിപ്രായ പ്രകാടനമാണിത്. "നമ്മുക്ക് അഭിമാനിക്കാവുന്ന ഒരു മുഖ്യമന്ത്രിയേയും ലഭിച്ചിരിക്കുന്നു സഖാവ് വി.എസ്സ്. അച്യുതാനന്ദൻ. അദ്ദേഹം ഒന്നുകിൽ സത്യാന്വേഷിയായി മലകൾ കയറി ഇറങ്ങുന്നു, അല്ലെങ്കിൽ പഠനത്തിലാണ്. വനിതാ പോലീസ്സിനെ തല്ലിയ സി.പി.ഐ വനിതാ നേതാവിനെ സി.പി.ഐ. സംസ്ഥാന സെക്രട്ടറി വെളിയം ഭാർഗ്ഗവനും മന്ത്രിമാരും കവലച്ചട്ടമ്പികളെപ്പോലെ പിടിച്ചിറക്കുന്നത് മാലോകരെല്ലാം ചാനലുകളിലൂടെ കണ്ടതാണ്. പക്ഷേ നമ്മുടെ മുഖ്യ മന്ത്രി കാര്യം പഠിക്കുന്നതേയുള്ളു.

തിരുവിതാംകൂർ ദേവസ്വം ബോർഡിലെ രണ്ട് അംഗങ്ങൾ രാജി വെക്കണമെന്ന് ദേവസ്വം മന്ത്രി സുധാകരൻ. മുഖ്യമന്ത്രി പഠിക്കുന്നതേ യുള്ളു. വൈദ്യുതി ചാർജ്ജ് വർദ്ധിപ്പിക്കുമോ എന്ന ചോദ്യത്തിന് കൂടുതൽ പഠനം വേണമെന്നായിരുന്നു മുഖ്യമന്ത്രിയുടെ പ്രതികരണം. ഇങ്ങനെ എല്ലാ കാര്യങ്ങളും പഠിക്കുന്ന ഒരുമുഖ്യമന്ത്രി കേരളത്തില ല്ലാതെ വേറെ എവിടെയുണ്ട്" സഹയാത്രികർ എന്നോട് ചോദിച്ചു. ഞാനൊന്നു ചിരിച്ചു.

76

ദിവ്യപ്രേമം

ഡൽഹിയിൽ താമസിക്കുമ്പോഴൊക്കെ ഞാൻ രാവിലെ നടക്കുന്നത് അശോക് പ്ലെയിസിലെ സേക്രഡ് ഹാർട്ട് കത്തീഡ്രലിലേക്കാണ്. സൗത്ത് അവന്യുവിൽ നിന്നായാലും കേരളഹൗസിൽ നിന്നായാലും അരമണിക്കൂറെടുക്കും കത്തീഡ്രലിൽ എത്താൻ. കുർബ്ബാനയുടെ സമയമാണെങ്കിൽ കുർബ്ബാനയിൽ പങ്കെടുക്കും. അല്ലെങ്കിൽ ദിവ്യകാരുണ്യ ആരാധനയിൽ പങ്കെടുക്കും. എല്ലാം കൂടി പള്ളിയിൽ അരമണിക്കൂർ, തിരിച്ച് താമസസ്ഥലത്തേക്ക് അരമണിക്കൂർ നടക്കണം. അങ്ങനെ ഒരു മണിക്കൂർ പ്രഭാതസവാരി, അരമണിക്കൂർ പ്രാർത്ഥന.

കത്തീഡ്രൽപള്ളിയിൽ ഏതുസമയത്താണെങ്കിലും ചെറിയൊരു ആൾക്കൂട്ടം കാണും. തൊട്ടടുത്ത സെന്റ് കൊളമ്പസ്സിലെ അദ്ധ്യാപികമാർ, കുട്ടികൾ, ഡൽഹിയിലെത്തുന്ന മലയാളികൾ അങ്ങനെ പലരും.

ഒരുദിവസം ഞാൻ കത്തീഡ്രലിൽ പ്രാർത്ഥിച്ചുകൊണ്ടിരിക്കുമ്പോൾ, പള്ളിക്കകത്തുനിന്ന് രണ്ടുകുട്ടികളെ ചെവിക്കു പിടിച്ചുകൊണ്ട് ഒരു

കന്യാസ്ത്രീ വരുന്നു. ഒന്ന് തലമുടി ക്രോപ്പുചെയ്ത പെൺകുട്ടി, മറ്റേത് ആൺകുട്ടി. പതിനാലു പതിനഞ്ചു വയസ്സുകാണും. പള്ളിക്കകത്തോ ഈ വൃത്തികേട് എന്ന് കന്യാസ്ത്രീ ദ്വേഷ്യപ്പെട്ടു പറയുന്നുണ്ട്.

പ്രാർത്ഥിച്ചു കഴിഞ്ഞ് പുറത്തിറങ്ങിയപ്പോൾ രണ്ടുകുട്ടികളും കന്യാസ്ത്രീയും തമ്മിലുള്ള തർക്കം നടക്കുകയാണ്. "കാലം പോയ പോക്കെ! ഇവർക്ക് സല്ലപിക്കാൻ കണ്ടസ്ഥലം പള്ളി. അതും ദിവ്യ കാരുണ്യാരാധന നടക്കുന്ന സമയം" എന്നെക്കണ്ടപ്പോൾ കന്യാസ്ത്രി പറഞ്ഞു. ഞാൻ കുട്ടികളുടെ അടുത്തേക്കു ചെന്നു. എന്തിനാ പള്ളിക്കകത്തു പ്രേമം, പുറത്തായിക്കൂടെ എന്ന് ഹിന്ദിയിൽ കുട്ടികളോട് ഞാൻ ചോദിച്ചു. അവരുടെ മറുപടി രസാവഹമായിരുന്നു. "സാറെ, ഞങ്ങൾ രണ്ടുപേരും പരസ്പരം സ്നേഹിക്കുന്നു. ദൈവസന്നിധിയിലാകുമ്പോൾ കളങ്കമില്ലല്ലോ? അതുകൊണ്ടാണ് പള്ളിയിൽ ഇരുന്ന് പ്രേമിച്ചത്".

77

നോട്ടുമാല

കെ.പി.സി.സി. പ്രസിഡന്റിന്റെ ഫണ്ട് ശേഖരണ പരിപാടി. കോൺഗ്രസ്സ് പാർട്ടിയിൽ ബൂത്ത് പ്രവർത്തകർ മുതൽ കെ.പി.സി.സി. നേതാക്കൾ വരെയുള്ളവർക്ക് ഒരു ഉത്സവ കാലഘട്ടമാണ്. ബൂത്തിൽ നിന്ന് കൂപ്പൺ നല്കി പിരിവ് ആരംഭിക്കും. പത്തു രൂപ, ഇരുപതു രൂപ, അമ്പതു രൂപ, നൂറു രൂപ, ആയിരം രൂപ തുടങ്ങിയ കൂപ്പണുകളാണ്. എല്ലാ വീട്ടിലും കയറി പിരിക്കാം. എല്ലാവരിൽ നിന്നും പിരിക്കാം. സഹകരിക്കാത്തവരെ ഭീഷണിപ്പെടുത്താം. പിരിക്കുന്നത് മുഴുവൻ കെ.പി.സി.സി.ക്കു കൊടുക്കേണ്ട. ഒരു വിഹിതം കൊടുത്താൽ മതി. ബൂത്ത് മുതൽ കെ.പി.സി.സി വരെയുള്ള നേതാക്കൾക്ക് കുശാൽ. പക്ഷേ കെ.പി.സി.സി. പ്രസിഡന്റിന് സ്വീകരണം നല്കുന്നത് നോട്ട് മാലയിട്ടായിരിക്കണം. എ.കെ. ആന്റണിയാണ് ഈ സംവിധാനം ഏർപ്പെടുത്തിയത്. ഒന്നുകിൽ 'ഷാൾ' അല്ലെങ്കിൽ നോട്ടുമാല. രണ്ടും പ്രസിഡന്റ് കൊണ്ടുപോകും. നോട്ടുമാല കെ.പി.സി.സി.ക്ക്, ഷാളുകൾ ഏതെങ്കിലും അനാഥാലയത്തിന്. പുഷ്പഹാരങ്ങൾകൊണ്ട് ആർക്കും

പ്രയോജനമില്ലല്ലോ, പൂക്കച്ചവടക്കാരനൊഴിച്ച്. ഇങ്ങനെയുള്ള കെ.പി.സി.സി. ഫണ്ട് പിരിവ് നടക്കുകയാണ്. രാത്രി വളരെ വൈകി പരിപാടികളൊക്കെ കഴിഞ്ഞ് കെ.പി.സി.സി. പ്രസിഡന്റും പരിവാരങ്ങളും ഭക്ഷണംകഴിക്കാൻ ഒരു ഹോട്ടലിൽ കയറി. ഭക്ഷണം കഴിഞ്ഞപ്പോൾ ഓരോ പഴവും കഴിക്കാൻ മോഹം. അടുത്ത പഴക്കടയിൽ ചെന്നു. അപ്പോൾ അവിടെ ഒരു കുലയിൽ നോട്ട് മാല തൂങ്ങിക്കിടക്കുന്നു. കടക്കാരൻ എല്ലാവർക്കും ഓരോ പൂവൻ പഴം നല്കി. ആരോടും പൈസവാങ്ങിയില്ല. “സാറമ്മാരെ, കുറച്ച് മുമ്പ് വന്ന സാറ് ഈ മാല ഇവിടെ ഏല്പിച്ച് രണ്ടു മൂന്ന് പഴം കഴിച്ചിട്ടുപോയി. ബാക്കി പൈസ പോലും ചോദിച്ചില്ല” കടക്കാരൻ ചിരിച്ചുകൊണ്ടുപറഞ്ഞു. നോട്ടുമാല കടയിൽ നല്കി പഴം വാങ്ങിച്ച ‘സാർ’ആരാണെന്ന് ഞങ്ങൾക്കു മനസ്സിലായി. കെ.പി.സി.സി. പ്രസിഡന്റിനു കിട്ടിയ നോട്ടുമാലകളിൽ ഒന്ന് ‘ഇസ്ക്കി’പഴക്കടയിൽ നിന്ന് പഴം കഴിച്ചു എന്നുമാത്രം!

78

മെത്രാപ്പോലീത്തയുടെ തലച്ചോറ്

തിരുവനന്തപുരം അതിരൂപതയുടെ തലവൻ സൂസാപാക്യം തിരുമേനിയുടെ പൗരോഹിത്യ ജൂബിലിയാഘോഷ സമ്മേളനം. എ.കെ. ആന്റണി,

ബി. വിജയകുമാർ തുടങ്ങിയ രാഷ്ട്രീയ നേതാക്കന്മാരും ഉന്നത ഉദ്യോഗസ്ഥരും പത്രപ്രവർത്തകരും എല്ലാം പങ്കെടുക്കുന്ന അനുമോദനയോഗം. സൂസാപാക്യം തിരുമേനി പാവപ്പെട്ടവരുടെ ഇടയനായിട്ടാണ് പരക്കെ അറിയപ്പെടുന്നത്. ദാരിദ്ര്യവും ദുഃഖവും പേറുന്നവരുടെ പടനായകനായ സൂസാപാക്യത്തെ ഒരു കമ്യൂണിസ്റ്റ് ചിന്താഗതിക്കാരനായ മെത്രാപ്പോലീത്ത എന്നുപോലും ചിലർ ചിത്രീകരിക്കാറുണ്ട്. ഈ ഒരു കാഴ്ചപ്പാടോടു കൂടിയാണ് സമ്മേളനത്തിൽ സംസാരിച്ചവരെല്ലാം പിതാവിനെ പുകഴ്ത്തികാണിച്ചത്. എല്ലാവരുടേയും പ്രസംഗങ്ങൾ കഴിഞ്ഞപ്പോൾ പിതാവ് മറുപടി പ്രസംഗം തുടങ്ങി. “ഇവിടെ എന്നെ പുകഴ്ത്തി പ്രസംഗിച്ചവരെല്ലാം, എനിക്കുള്ള ഗുണഗണങ്ങളാണോ പറഞ്ഞത് എന്ന കാര്യത്തിൽ എനിക്ക് സംശയമുണ്ട്. നിങ്ങൾ പറഞ്ഞത്രയും കഴിവുള്ളയാളല്ല ഞാൻ. പക്ഷേ, അടുത്തകാലത്തായി എന്റെ മനസ്സിൽ ഒരു ചോദ്യം ഉയർന്നു വരുന്നുണ്ട്. നിങ്ങളുടെയെല്ലാം പ്രസംഗങ്ങൾ കഴിഞ്ഞപ്പോൾ, ആ ചോദ്യത്തിന് ശക്തി കൂടി. എന്താണാ ചോദ്യം! ഞാൻ എവിടെ ചെന്നാലും ആയിരങ്ങൾ വാദ്യമേളങ്ങളോടെ സ്നേഹനിർഭരമായി എന്നെ സ്വീകരിക്കുന്നു. എന്നെ വാനോളം പുകഴ്ത്തിയുള്ള പ്രസംഗങ്ങൾ. ഇത്രയും പുകഴ്ത്തപ്പെടാൻ എനിക്കെന്താ പ്രത്യേകത?

ചിന്തിക്കുമ്പോൾ എന്റെ മനസ്സിൽ ചില കാര്യങ്ങൾ കടന്നുവരുന്നുണ്ട്". പിതാവ് തന്റെ പ്രസംഗം തുടർന്നു. "നമ്മുടെ ലോകം വളരെ വേഗം വളരുകയാണല്ലോ. ഏത് അവയവം വേണമെങ്കിലും മാറ്റിവെക്കാം. ഹൃദയം മാറ്റാം, കരൾ മാറ്റാം. കുറെ വർഷങ്ങൾ കഴിയുമ്പോൾ തലച്ചോറും മാറ്റാം. ഇങ്ങനെ ശാസ്ത്രം വളരുമ്പോൾ, സൂപ്പർബസാറുകളിൽ ഇപ്പോൾ നിത്യോപയോഗ സാധനങ്ങൾ ആളുകൾ സ്വന്തം ഇഷ്ടപ്രകാരം എടുക്കുന്നതുപോലെ ഭാവിയിൽ മനുഷ്യന്റെ വിവിധ അവയവങ്ങൾ സ്വയം തെരഞ്ഞെടുക്കുവാൻ കഴിയും. ഓരോന്നിനും വില കൊടുക്കണം എന്നു മാത്രം" തിരുമേനി തുടർന്നു "തലച്ചോറ് ട്രാൻസ്പ്ലാന്റ് ചെയ്യുന്നതിനു വേണ്ടി, ഒരാൾ സൂപ്പർ ബസാറിലെത്തി, അവിടെ വെച്ചിരുന്ന തലച്ചോറുകളുടെ വില ചോദിച്ചു. സൂപ്പർ ബസാറിലെ സൂപ്പർവൈസർ നൂറ്, അഞ്ഞൂറ്, ആയിരം, രണ്ടായിരം, അയ്യായിരം ഡോളർ വരെയുള്ള തലച്ചോറുകൾ കാണിച്ചുകൊടുത്തു. എന്താണ് തലച്ചോറുകൾക്ക് ഇത്ര വിലവ്യത്യാസം എന്ന് അന്വേഷിച്ചപ്പോൾ സൂപ്പർവൈസർ പറഞ്ഞു; അദ്ധ്യാപകന്റെ തലച്ചോറിന് നൂറ് ഡോളർ, വക്കീലിന്റെ തലച്ചോറിന് അഞ്ഞൂറ് ഡോളർ, രാഷ്ട്രീയക്കാരന്റെ തലച്ചോറിന് ആയിരം ഡോളർ, മെത്രാപ്പോലീത്തയുടെ തലച്ചോറിന് അയ്യായിരം ഡോളർ. അദ്ധ്യാപകന്റെ തലച്ചോർ കൂടുതൽ ഉപയോഗിച്ചതും, മെത്രാപ്പോലീത്തയുടേത് ഒട്ടും ഉപയോഗിക്കാത്ത 'ഫ്രെഷ്' ആണ്. 'ഫ്രെഷി'നാണല്ലോ സ്വാഭാവികമായും വിലകൂടുതൽ. അതുകൊണ്ടാണ് മെത്രാപ്പോലീത്തായുടെ തലച്ചോറിന് വിലകൂടിയത്". തിരുമേനി ചിരിച്ചുകൊണ്ടു പറഞ്ഞു "സുഹൃത്തുകളെ, എന്റെ തലച്ചോറും ഒട്ടും ഉപയോഗിക്കാത്തതാണ്. ഫ്രെഷാണ് എന്റെ മുമ്പിലിരിക്കുന്നവരുടേതെല്ലാം ഉപയോഗിച്ച തലച്ചോറുകളാണ്. നിങ്ങൾ തലകൊണ്ടും ശരീരം കൊണ്ടും കഠിനാദ്ധ്വാനം ചെയ്യുന്നവരാണ്. ഞങ്ങൾ മെത്രാപ്പോലീത്തമാർ ഒന്നും ചെയ്യുന്നില്ല; അനങ്ങാതിരുന്ന് ദൈവത്തോട് പ്രാർത്ഥിക്കുന്നു. ഞങ്ങളുടെ പ്രാർത്ഥനയാണ്, നിങ്ങൾക്ക് ഞങ്ങൾ ചെയ്യുന്ന ഏക സേവനം. അതുകൊണ്ട്, നിങ്ങളോട് എനിക്കൊന്നെ പറയാനുള്ളു. നിങ്ങൾ എന്നെക്കുറിച്ച് പറഞ്ഞ നല്ല കാര്യങ്ങൾക്കൊന്നും ഞാൻ അർഹനല്ല. എല്ലാം എന്നെ നയിക്കുന്ന സർവ്വശക്തന്റെ കനിവാണ്" വിനയാന്വിതനായി പിതാവ് തന്റെ പ്രസംഗം അവസാനിപ്പിച്ചു.

79

വെടിവട്ടം

ഓണാഘോഷവുമായി ബന്ധപ്പെട്ട് എറണാകുളത്ത് 'ലാവണ്യ' പരിപാടി നടക്കുന്നു. അഞ്ചുദിവസം നീണ്ടുനില്ക്കുന്ന മനോഹരങ്ങളായ പരിപാടികളാണ. ഡർബാർഹാൾ ഗ്രൗണ്ട്, മഹാരാജാസ് കോളേജ് ഓഡിറ്റോറിയം, മറൈൻഡ്രൈവ് എന്നിവിടങ്ങളിലെല്ലാം വിവിധ പരിപാടികളുണ്ട്. ധാരാളം ആളുകളും പങ്കെടുക്കുന്നുണ്ട്.

മഹാരാജാസ് കോളേജ് ഓഡിറ്റോറിയത്തിൽ വെടിവട്ടം ചെമ്മനം ചാക്കോ, ലോനപ്പൻ നമ്പാടൻ, കെ.പി.ഏ.സി ലളിത, തൈക്കാട് ബാലചന്ദ്രൻ തുടങ്ങിയ പ്രഗത്ഭരാണ് വേദിയിൽ. "പാർലിമെന്റിൽ തലയില്ലാത്ത കോഴിയെന്ന് ഞങ്ങൾ വിളികേട്ടത് അണു കരാറിന്റെ പേരിലാണ്" "നമ്പാടൻ മാസ്റ്റർ ചിരിയുടെ മാലപ്പടക്കത്തിന് തുടക്കം കുറിച്ചു. നാട്ടിൽ ചിക്കൻഗുനിയ അണു. ഓണത്തിന് അണു കുടുംബം" മാഷ് തുടർന്നു. "പാവം മാവേലിയെ പറ്റിച്ചതുപോലെ തന്നെ മലയാളിയെ ഉത്തരേന്ത്യക്കാർ കബളിപ്പിക്കുകയാണ്. ഓണക്കോടി ലാഭം. പക്ഷേ ഒന്നലക്കിയാ അടിവസ്ത്രമാകും" മാഷ് പറഞ്ഞു.

"എറണാകുളത്ത് തുണിക്കടകളിൽ പോലും ഒന്നെടുത്താൽ ഒന്നു ഫ്രീയാണ്. ഉത്തരേന്ത്യയിൽ ചെലവാകാത്ത തുണി ഇവിടെ ഇരട്ടി വിലയിട്ട് കൊടുക്കുന്നു." ചാക്കോസാറ് തന്റെ ചെപ്പ് തുറന്നു.

"കേരളത്തിൽ കുടികിടപ്പുകാരുടെ പ്രശ്നം തീർന്നു. പക്ഷേ കുടിച്ചു കിടക്കുന്നവരുടെ പ്രശ്നം തീർന്നിട്ടില്ല." നമ്പാടൻ മാഷ് തുടർന്നു. കുടിയന്മാർക്ക് നാല് ഉപദേശങ്ങൾ മാഷ് നല്കി. കുടിക്കുമ്പോൾ എരന്നു കുടിക്കരുത്, കൂട്ടുകൂടി കുടിക്കരുത്, കൂട്ടാൻ കൂട്ടി കുടിക്കരുത്. 'ഫുള്ളിന്റെ'യും 'ഹാഫി'ന്റെയും പ്രശ്നമാണ് ചെമ്മനം ചാക്കോസാർ അവതരിപ്പിച്ചത്." ഓണത്തിനിടാനായി മനോഹരമായി പ്ലാസ്റ്റിക്ക് കൂട്ടിൽ പൊതിഞ്ഞ ഷർട്ട് വാങ്ങി. വീട്ടിൽ ചെന്നപ്പോൾ ഒരു കൈ ഫുൾ, ഒന്ന് ഹാഫ്.

"പഴയത് കൊടുത്താൽ പുതിയത്. ഓണക്കാലത്തെ പരസ്യമാണ്. പഴയ ഫ്രിഡ്ജിന് പുതിയ ഫ്രിഡ്ജ്. പഴയ 'മിക്സി'ക്ക് പുതിയ 'മിക്സി'. കുറെ കഴിയുമ്പോൾ പഴയ ഭർത്താവിന് പുതിയ ഭർത്താവ്," ചെമ്മനം കളിയാക്കി. പട്ടിയേക്കാൾ പൂച്ചയെയാണ് മലയാളി കണ്ടു പഠിക്കേണ്ടതെന്ന് നമ്പാടൻ ഓർമ്മിപ്പിച്ചു. പൂച്ച "രണ്ടി"ടുന്നത് കുഴി കുഴിച്ചിട്ടാണ്. കാര്യം കഴിയുമ്പോൾ പിന്നിലെ കാലുകൊണ്ട് മണ്ണിട്ടു മൂടും. പിന്നെ മണത്തുനോക്കും. വീണ്ടും മണ്ണിടും. കൊച്ചി നിവാസികൾ പൂച്ച സംസ്കാരം അനുകരിക്കണം. പട്ടിസ്വാഭാവം മാറ്റണം. പട്ടിയെപോലെ എവിടെയും കാലും പൊക്കരുത്" മാഷിന്റെ തമാശ കേട്ട് ജനം പൊട്ടിച്ചിരിച്ചു.

80

കെമിസ്ട്രിയിലെ വായനക്കാരൻ

ഞാൻ വളരെ വർഷങ്ങൾക്കുശേഷം തേവര തിരുഹൃദയ കലാലയത്തിലെ കെമിസ്ടി ഡിപ്പാർട്ടുമെന്റിൽ എത്തിയതാണ്. വലിയമാറ്റങ്ങൾ നടന്നിരിക്കുന്നു. എല്ലാവർക്കും കമ്പ്യൂട്ടർ. മനോഹരമായ ലൈബ്രറി. ഡിജിറ്റൽ ബാലഡുകൾ. ഞാൻ അത്ഭുതപ്പെട്ടുപോയി.

"സാറെ, ഇതുമാത്രമല്ല മാറ്റം. ഡിപ്പാർട്ടുമെന്റിൽ ഒരു റീഡർ ഉണ്ടായിരിക്കുന്നു. തൊമ്മച്ചൻ സാർ." കെമിസ്ട്രി ഹെഡ് എം.ടി. മാത്യു സാർ എന്നോട് പറഞ്ഞു. "നന്നായി മാഷേ, ഇപ്പോഴെങ്കിലും ഒരു വായനക്കാരൻ ഉണ്ടായല്ലോ?" ഞാൻ തമാശയായി പറഞ്ഞു.

"ഇതു മാത്രമല്ല സാർ, ഞങ്ങൾ രണ്ടു മൂന്നു പേർകൂടി അടുത്ത് റിട്ടയർ ആകും. അതുകഴിഞ്ഞാൽ എല്ലാം ഡോക്ടറേറ്റ് ഉള്ളവരാകും." മാത്യുസാർ അഭിമാനത്തോടെ പറഞ്ഞു.

"അപ്പോൾ ഇനി കെമിസ്ട്രി ഡിപ്പാർട്ട്‌മെന്റ് ഡോക്ടർമാരെക്കൊണ്ട് നിറയും. അതിനുള്ള രോഗികൾ ഉണ്ടോ?" ഞാൻ തമാശയായി ചോദിച്ചു. ആദ്യകാലഘട്ടത്തിൽ എം.എസ് സിക്കാരും പിന്നീട് എം.ഫിൽ കാരുമാണ് കെമിസ്ട്രിവകുപ്പിൽ ഉണ്ടായിരുന്നത്. ഇപ്പോൾ എല്ലാവരും ഡോക്ടറേറ്റുനേടി എന്നത് തികച്ചും അഭിമാനാർഹമാണ്.

81
മാലാഖയുടെ കണ്ണട

ക്രൈസ്തവ ദേവാലയങ്ങളിൽ ഞായറാഴ്ച കുർബ്ബാനയ്ക്കിടക്ക് വൈദികൻ നടത്തുന്ന പ്രസംഗങ്ങൾ പ്രസിദ്ധമാണ്. ചില വൈദികർ നന്നായി പഠിച്ച് പ്രസംഗിക്കും. അതും പതിനഞ്ച്, ഇരുപത് മിനിറ്റ്. ചിലരുടെ പ്രസംഗം അറുബോറായിരിക്കും, മണിക്കൂറുകൾ നീളുകയും ചെയ്യും. ഈ കാരണത്താൽ പല സത്യവിശ്വാസികളും അച്ചന്റെ പ്രസംഗം കഴിഞ്ഞേ പള്ളിക്കകത്തു കയറുകയുള്ളൂ. തിരുഹൃദയത്തിരുന്നാൾ ദിവസം കുർബ്ബാനമദ്ധ്യേ അച്ചൻ പ്രസംഗം തുടങ്ങി. "മക്കളെ, ഇന്ന് ഞാൻ കുർബ്ബാനയ്ക്കുവേണ്ടി തയ്യാറെടുക്കുമ്പോൾ ഒരു മാലാഖ പ്രത്യക്ഷപ്പെട്ട് എനിക്കൊരു പ്രത്യേക കണ്ണട തന്നു. ആ കണ്ണടയാണ്

ഞാൻ ധരിച്ചിരിക്കുന്നത്. ഈ കണ്ണടയിലൂടെ നോക്കിയാൽ നിങ്ങളുടെ എല്ലാവരുടെയും ഹൃദയം എനിക്കു നന്നായി കാണാം."

അച്ചന്റെ പ്രസംഗം കേട്ടപ്പോൾ സ്ത്രീജനങ്ങളെല്ലാം തങ്ങളുടെ മാറത്തേയ്ക്ക് സാരിത്തുമ്പുകൾ വലിച്ചിട്ടു.

"ഞാൻ എന്റെ മുമ്പിലുള്ള വൃദ്ധജനങ്ങളെ നോക്കി. അവരുടെ ഹൃദയമെല്ലാം ചുരുങ്ങിയിരിക്കുകയാണ്. അവർ ജീവിതത്തിൽ ആരോടും അനുകമ്പയും സ്നേഹവും കാണിക്കാത്തതുകൊണ്ടാണ് അവരുടെ ഹൃദയം ചുരുങ്ങിപ്പോയത്." അച്ചൻ വൃദ്ധരായ അജഗണങ്ങളെ കുറ്റപ്പെടുത്തി.

"ഞാൻ യുവജനങ്ങളുടെ ഹൃദയം കാണുന്നു. എല്ലാം പുഴുക്കുത്തേറ്റ് നശിച്ചിരിക്കുന്നു. യുവജനങ്ങൾ പാപം നിറഞ്ഞ ജീവിതമാണ് നയിക്കുന്നത്. അതാണ് അവരുടെ ഹൃദയത്തിന് പുഴുക്കുത്തേൽക്കാൻ കാരണം." അച്ചൻ യുവജനങ്ങളെ ഉപദേശിച്ചു.

"ഞാൻ എന്റെ മുന്നിലുള്ള കൊച്ചുകുഞ്ഞുങ്ങളെ കാണുന്നു. അവരുടെ ഹൃദയം ആരോഗ്യമുള്ളതാണ്. യാതൊരു പുഴുക്കുത്തലുകളുമില്ല. അവർ നിഷ്കളങ്കരും സ്നേഹമുള്ളവരുമായതുകൊണ്ടാണ് അവരുടെ ഹൃദയം പൂർണ്ണ ആരോഗ്യത്തിലിരിക്കുന്നത്. അവർ വൃദ്ധരെപ്പോലെയോ, യുവജനങ്ങളെപ്പോലെയോ പാപത്തിൽ വീണിട്ടില്ല."

അച്ചന്റെ ഉപദേശം ഇങ്ങനെ നീണ്ടുപോയി. പള്ളിയിലെ കപ്യാർ മാത്രം അച്ചന്റെ പ്രസംഗം ശ്രദ്ധാപൂർവ്വം കേട്ടുകൊണ്ടിരുന്നു. ഇടയ്ക്കിടയ്ക്ക് കപ്യാർ തലയാട്ടുകയും, ചിരിക്കുകയും ചെയ്തിരുന്നു.

"എങ്ങനെയിരുന്നു എന്റെ പ്രസംഗം?" കുർബ്ബാനകഴിഞ്ഞപ്പോൾ അച്ചൻ കപ്യാരോട് ചോദിച്ചു.

"കലക്കി അച്ചോ. വൃദ്ധന്മാരും ചെറുപ്പക്കാരുമെല്ലാം ഞെട്ടിയിരിക്കുകയാണ്. എല്ലാവരും പാപത്തിൽ വീണുകിടക്കയല്ലേ. പക്ഷെ, അച്ചനു മാലാഖ തന്ന കണ്ണട, ഞാൻ അച്ചൻ 'ഡ്രസ്സു' മാറുന്ന സന്ദർഭത്തിൽ കണ്ണിൽവെച്ച് അച്ചനെ ഒന്നു നോക്കി. അച്ചന് ഹൃദയമേ ഇല്ലച്ചോ. അച്ചൻ കാര്യമായി ശ്രദ്ധിച്ചില്ലെങ്കിൽ നരകത്തിൽ തന്നെ പോകേണ്ടിവരും." കപ്യാർ അച്ചനു മുന്നറിയിപ്പു നല്കി.

82
സന്ധ്യാദീപം

ലീഡർ കെ. കരുണാകരൻ പത്രപ്രവർത്തകർക്ക് എന്നും നല്ലൊരു സുഹൃത്തും വാർത്താകേന്ദ്രവുമാണ്. പത്രപ്രവർത്തകർക്ക് എപ്പോൾ വേണമെങ്കിലും ലീഡറെ കാണാം. കണ്ടാൽ നല്ലൊരു വാർത്തയും കിട്ടും.

ലീഡറെ കാണാൻ തലസ്ഥാന നഗരത്തിലെ ഒരു സീനിയർ പത്ര പ്രവർത്തകൻ ചെന്നു. തൊണ്ടയ്ക്കു സുഖമില്ലെന്ന കാരണത്താൽ ലീഡർ മൗനവ്രതത്തിലായിരുന്നു. പക്ഷേ പത്രപ്രവർത്തകനെ കണ്ട പ്പോൾ ലീഡർക്കു തൊണ്ട ശരിയായി. സംഭാഷണം തുടങ്ങി, ഒരു മണിക്കൂർ കഴിഞ്ഞപ്പോൾ പത്രപ്രവർത്തകന് പോകാൻ സമയമായി. ഓഫീസ്സിൽ ചെന്ന് വാർത്തകൾ നൽകണ്ടേ. പക്ഷേ ലീഡർ വിടുന്നില്ല. സന്ധ്യാ ദീപം കഴിഞ്ഞ് പോകാം എന്ന് പത്രലേഖകനോട് ലീഡർ പറഞ്ഞു. ലീഡറുടെ വീട്ടിലെ പൂജാമുറിയിൽ സന്ധ്യാ പ്രാർത്ഥന യ്ക്കുള്ള ഏർപ്പാടുകൾ തുടങ്ങിയിരുന്നു. അപ്പോൾ ദീപം വന്നു കഴിഞ്ഞാൽ പോകാമല്ലോ എന്ന് ലേഖകൻ വിചാരിച്ചു. "എന്നാൽ സന്ധ്യാദീപം കാണാമല്ലോ" ലീഡർ പത്രക്കാരനോട് ചോദിച്ചു. "ശരി

ലീഡറേ!" പത്രക്കാരൻ പറഞ്ഞു. ലീഡർ 'റിമോട്ട്' എടുത്ത് ഞെക്കി. ടി.വിയിൽ സന്ധ്യാദീപം തെളിഞ്ഞു സന്ധ്യാദീപം ഒരു സീരിയലായി രുന്നു. പത്രക്കാരൻ ചമ്മി.

83
സ്കോച്ചു ഫാക്ടറി

2008 ഫെബ്രുവരി 26. റയിൽ ബഡ്ജറ്റ് ലല്ലുപ്രസാദ് പാർലമെന്റിൽ അവതരിപ്പിക്കുന്ന ദിവസം. എല്ലാവരും വളരെ ആകാംഷയോടെയാണ് റയിൽവേ ബഡ്ജറ്റ് അവതരണം കാത്തിരുന്നത്. പ്രത്യേകിച്ച് കേരളീ യർ. കേരളത്തിന് എന്തു കിട്ടും? പ്രത്യേക സോൺ ലഭിക്കുമോ? കൂടുതൽ ട്രെയിനുകൾ ഉണ്ടാകുമോ?

"മാഷെ കലക്കി. ലല്ലുപ്രസാദ് നമ്മൾ കേരളീയരോട് വളരെ ഉദാര മായ സമീപനമാണ് എടുത്തിരിക്കുന്നത്". ഒരു കുമ്പളങ്ങിക്കാരൻ എന്നെ ഫോണിൽ വിളിച്ചു പറഞ്ഞു.

"എന്താടൊ ലല്ലുപ്രസാദ് റയിൽ ബഡ്ജറ്റിൽ കേരളത്തിന് ഇത്ര ഉദാരമായി നൽകിയ കാര്യം". ഞാൻ തിരിച്ചു ചോദിച്ചു.

"മാഷെ, കേരളത്തിന് ആയിരം കോടി രൂപയുടെ ഒരു സ്കോച്ചു ഫാക്ടറി ലല്ലുപ്രസാദ് നൽകിയിരിക്കുന്നു. ഇതിൽ കൂടുതൽ എന്താ വേണ്ടത്. ഇനി സ്കോച്ചു കേരളത്തിൽ ഒഴുകില്ലേ?" കുമ്പളങ്ങിക്കാരന്റെ സന്തോഷത്തിന് അതിരില്ലായിരുന്നു.

ലല്ലുവിന്റെ കോച്ചു ഫാക്ടറി പ്രഖ്യാപനം കുമ്പളങ്ങിക്കാരൻ കേട്ടപ്പോൾ സ്കോച്ചു ഫാക്ടറിയായി.

84

പൊൻകുരിശും കുഞ്ഞാടും

ഇടവക സന്ദർശനം കത്തോലിക്കാ മെത്രാന്മാരുടെ അജപാലന ദൗത്യങ്ങളിൽ പ്രധാനപ്പെട്ട ഒന്നാണ്. ഇടവകയിൽ എത്തുന്ന പിതാവിനെ വാദ്യാഘോഷങ്ങളോടെയും വമ്പിച്ച കരിമരുന്നു പ്രയോഗങ്ങളിലൂടെയുമാണ് ഇടയജനം സ്വീകരിക്കുന്നത്. ഒരാഴ്ച നീണ്ടുനില്ക്കുന്ന ഇടവക സന്ദർശനവേളയിൽ കുട്ടികൾക്ക് ഒപ്രീശുമ* നല്കും. വീടുകൾ സന്ദർശിക്കും, രോഗികളെ ആശീർവ്വദിക്കും. പാവപ്പെട്ടവരെ ചെറിയ തോതിൽ സാമ്പത്തികമായി സഹായിക്കുകയും സാമ്പത്തിക സൗകര്യമുള്ളവരിൽനിന്ന് വലിയ തോതിൽ സംഭാവന സ്വീകരിക്കുകയും ചെയ്യുന്നത് ഈ സന്ദർശന സമയത്തു തന്നെയാണ്.

കുമ്പളങ്ങി സെന്റ് പീറ്റേഴ്സ് ഇടവക കൊച്ചി രൂപതയുടെ കീഴിലാണ്. രൂപതാ മെത്രാന്റെ ഇടവക സന്ദർശനമാണ് സന്ദർഭം. ധാരാളം സമ്പന്നരായ ഇടവകക്കാർ അമേരിക്കയിലും ഗൾഫിലും ഉണ്ട്.

ഇടവകയിലെ ഒരു അമേരിക്കൻ അംഗത്തിന്റെ വീട്ടിൽ പിതാവ് എത്തുകയാണ്. ഇടവക വികാരി, കൈക്കാരന്മാർ തുടങ്ങിയവരെല്ലാം പിതാവിനെ അനുഗമിക്കുന്നുണ്ട്. പിതാവ് വരുന്നത് ദൂരെനിന്നുതന്നെ

* ഒരു ക്രൈസ്തവ വിശ്വാസി പരിശുദ്ധാത്മാവിനെ സ്വീകരിച്ച് ക്രൈസ്തവ സഭാംഗമാകുന്ന കർമ്മം. ഇത് നിർവഹിക്കുന്നത് മെത്രാനാണ്.

അമേരിക്കക്കാരൻ കണ്ടു. പിരിവിനാണ് വരുന്നതെന്നും മനസ്സിലാക്കി. അടുത്ത വീട്ടിലേയ്ക്ക് അമേരിക്കക്കാരൻ രഹസ്യമായി ഒളിച്ചുമാറി.

പിതാവ് അമേരിക്കക്കാരന്റെ വീട്ടിലേയ്ക്കു കയറി. കുടുംബാംഗങ്ങൾ മുട്ടുകുത്തി മെത്രാനെ സ്വീകരിച്ചു. തലയ്ക്കു കൈവച്ച് എല്ലാവരെയും പിതാവ് അനുഗ്രഹിച്ചു.

"നിന്റെ ഭർത്താവെവിടെ?" പിതാവ് ഭാര്യയോട് അന്വേഷിച്ചു.

"പിതാവെ, പുറത്തേക്കു പോയതാണ്. പിതാവ് വരുന്ന വിവരം അറിഞ്ഞില്ലല്ലോ! ഇനി വളരെ താമസിച്ചേ വരൂ. പിതാവ് വന്ന കാര്യം ഞാൻ അതിയാനെ അറിയിക്കാം." ഭാര്യ വളരെ സൗമ്യതയോടെ പിതാവിനോട് പറഞ്ഞു.

പിതാവ് തന്റെ മൊബൈൽ എടുത്ത് ഭാര്യയോടു ചോദിച്ചു.

"ശരി. അവന്റെ മൊബൈൽ നമ്പർ ഒന്നുതന്നേ."

ഭാര്യ പിതാവിന് ഭർത്താവിന്റെ മൊബൈൽ നമ്പർ പറഞ്ഞു കൊടുത്തു. സ്വന്തം ഭർത്താവിന്റെ മൊബൈൽ നമ്പർ അറിയില്ലെന്ന് പറയാൻ കഴിയുമോ?

പിതാവ് തന്റെ മൊബൈലിൽ നമ്പർ കയറ്റിയിട്ട് വീട്ടുകാരിയോട് ചോദിച്ചു.

"നിങ്ങളുടെ ടെലഫോൺ എവിടെയാ?"

"പിതാവെ, അകത്തെ മുറിയിലുണ്ട്." ഭാര്യ പറഞ്ഞു.

പിതാവ് അകത്തെ മുറിയിൽ കയറി ഗൃഹനാഥന്റെ 'ലാന്റ്' ടെലഫോണിൽനിന്ന് അമേരിക്കക്കാരന്റെ മൊബൈലിലേക്ക് വിളിച്ചു.

"എടീ, പൊൻകുരിശ് പോയോ!" ഭർത്താവ് ഭാര്യയോട് ചോദിച്ചു.

"ഇല്ല മകനെ, പൊൻകുരിശു തന്നെയാ വിളിക്കണത്. അയൽവീട്ടിൽ നിന്ന് നീ ഇങ്ങോട്ടു വന്നേ! നീ ഇവിടെ ഉണ്ടെന്ന് ബോദ്ധ്യപ്പെട്ടതിനു ശേഷമാണ് ഞാൻ വന്നത്. നീ ഒളിച്ചു നില്ക്കണ്ട. പൊൻകുരിശിനു നല്കാനുള്ളത് തരാതിരിക്കാൻ പറ്റുമോ മകനെ." പിതാവ് സ്നേഹപൂർവ്വം സ്വന്തം കുഞ്ഞാടിനെ ഉപദേശിച്ചു.

85
'എ' സ്വാമി

അമൃത ചൈതന്യ എന്നറിയപ്പെടുന്ന സന്തോഷ് മാധവനെക്കുറിച്ചുള്ള വാർത്തകൾ മാധ്യമങ്ങളിൽ നിറഞ്ഞുനില്ക്കുന്ന സന്ദർഭം.

ഞാൻ കുമ്പളങ്ങിയിൽ ഒരു കല്യാണത്തിൽ പങ്കെടുക്കുവാൻ എത്തിയതാണ്. കുമ്പളങ്ങി സെന്റ് പീറ്റേഴ്സ് പള്ളിയിലാണ് വിവാഹം. പള്ളിക്കകത്ത് കല്ല്യാണക്കുർബ്ബാന നടക്കുന്നു. പള്ളിക്ക് അകത്തും പുറത്തമായി ധാരാളം ആളുകൾ തിങ്ങിക്കൂടിയിരിക്കുന്നു.

"എന്താ മാഷെ വിശേഷം. നമ്മുടെ സന്ന്യാസി അമൃത ചൈതന്യ ആളു കൊള്ളാമല്ലോ!" പള്ളിമുറ്റത്ത് ഞാൻ കാലുവെച്ചപ്പോഴെ ചോദ്യങ്ങൾ ഉയർന്നു. ഏതാണ്ട് ഈ ചോദ്യങ്ങൾ എന്നോട് ഉന്നയിക്കാൻ കൂട്ടായി ജനം നിന്നതു പോലെയുണ്ട്.

"പോലീസ് അന്വേഷിക്കുന്നുണ്ടല്ലോ! നമുക്ക് കുറച്ച് കാത്തു നില്ക്കാം." ഞാൻ ജനങ്ങളെ ഒന്നു തണുപ്പിക്കാൻ ശ്രമിച്ചു.

"എന്താ മാഷു പറയുന്നത്? പോലീസ് അന്വേഷിച്ച് സത്യം കണ്ടെത്തുമെന്നോ? നടക്കില്ല മാഷെ! തട്ടിപ്പ് സ്വാമിയും പോലീസ്സുകാരും ഒന്നല്ലേ! സത്യം ഒന്നും പുറത്തു വരില്ല. അവസാനം സ്വാമി

രക്ഷപ്പെടും. പുലിത്തോല് കൃത്രിമമാണെന്നല്ലേ പോലീസ് തന്നെ പറയുന്നത്. അശ്ലീല സി.ഡി. സൂക്ഷിക്കുന്നതിന് പ്രത്യേക ശിക്ഷയില്ല. പകുതി കുടിച്ചുവച്ച മദ്യത്തിന്റെ കാര്യത്തിലും ഇതുതന്നെ സ്ഥിതി. പിന്നെ ദുബായിക്കാരി സെറഫിൻ നല്കിയ നാല്പതു ലക്ഷം രൂപയുടെ കാര്യം. എവിടെയാ തെളിവ്?"

"പിന്നെ മാഷെ. ഈ സ്വാമി ഒരു 'എ' തന്നെ. ബ്ലൂ ഫിലിം കാണുന്നു. മദ്യപിക്കുന്നു. പെൺകുട്ടികളെ മയക്കി നഗ്നരാക്കി പൂജ നടത്തുന്നു. പിന്നെ സ്വാമിയുടെ രാഷ്ട്രീയ സുഹൃത്തുക്കളും പഴയ 'എ' ഗ്രൂപ്പുകാർ തന്നെ. എല്ലാം ഒരു 'എ' മയം.

86

ജൂൺ 18

"**ഷേ**ണായിക്കും സരോജത്തിനും എല്ലാ ആശംസകളും നേരുന്നു. നിങ്ങളുടെ വിവാഹ ജീവിതം കൂടുതൽ സന്തുഷ്ടവും ആനന്ദകരവും ആകട്ടെ." എറണാകുളത്ത് ലിയാക്കത്തിന്റെ വീട്ടിൽ ടി.വി.ആർ. ഷേണായിയുടെ* സുഹൃത്തുക്കളായ ഞങ്ങൾ ഒന്നിച്ചു ചേർന്ന് ആശംസിച്ചു. ബാവ കൺസ്ട്രക്ഷൻ കമ്പനിയുടെ ഉടമയായ ലിയാക്കത്ത് ടി.വി.ആറിന്റെ അടുത്ത സുഹൃത്താണ്. പത്രപ്രവർത്തകൻ കെ.എം. റോയി, ശ്രീമതി റോയി, വീക്ഷണം ബ്യൂറോ ചീഫ് പ്രസന്നകുമാർ, ഞാനും എന്റെ ഭാര്യ ഷെർളി തുടങ്ങി ഷേണായിയുടെ എല്ലാ സുഹൃത്തുക്കളും ഒത്തു ചേർന്നിരിക്കുന്നു. ഷേണായി-സരോജം ദമ്പതിമാരുടെ 42-ാം വിവാഹ വാർഷിക ദിനമായിരുന്നു അന്ന്. രണ്ടു പേരും മഹാരാജാസ് കോളേജിൽ പഠിച്ച സമയം മുതൽ തീവ്രമായ പ്രേമത്തിലായിരുന്നു. ആറു വർഷത്തെ പ്രേമത്തിനു ശേഷമായിരുന്നു വിവാഹം. അങ്ങനെ നോക്കുമ്പോൾ 48 വർഷത്തെ ഹൃദയ ബന്ധം.

* പ്രസിദ്ധ പത്രപ്രവർത്തകൻ

"മാഷെ, ഞങ്ങളുടെ വിവാഹം നടന്നത് 42 വർഷങ്ങൾക്കുമുമ്പ് ഒരു ജൂൺ 18ന് ആയിരുന്നു. ഈ ദിവസത്തിന്റെ പ്രത്യേകത മാഷ്ക്ക് അറിയുമോ?" ഷേണായി എന്നോട് ചോദിച്ചു.

"നിങ്ങൾ രണ്ടുപേരും വിവാഹം കഴിച്ച ദിവസം." ഞാൻ തമാശ പറഞ്ഞു.

"അതു മാത്രമല്ല മാഷേ! ആ ദിനത്തിലാണ് നെപ്പോളിയൻ ബോണപ്പാർട്ട് വാട്ടർലൂ യുദ്ധത്തിൽ തോറ്റത്. മറ്റൊരു ജൂൺ 18നാണ് അംബാനി സഹോദരന്മാർ രണ്ടായി പിരിഞ്ഞത്. പലരും അന്നു വിചാരിച്ചത് മുകേഷ് അംബാനിയും അനിൽ അംബാനിയും പരസ്പരം അടിച്ച് നശിക്കുമെന്നായിരുന്നു. എന്നാൽ രണ്ടുപേരും രക്ഷപ്പെട്ടു. ഞാനും സരോജവും ഒരു ജൂൺ 18ന് കല്ല്യാണം കഴിച്ചെങ്കിലും നെപ്പോളിയ നെപ്പോലെ തോറ്റില്ല, മറിച്ച് അംബാനി സഹോദരന്മാരെപോലെ കൂടുതൽ ശക്തരായി." ഷേണായി തന്റെ ചരിത്രപാടവം തെളിയിച്ചുകൊണ്ട് പറഞ്ഞു.

■

www.ingramcontent.com/pod-product-compliance
Lightning Source LLC
LaVergne TN
LVHW040101080526
838202LV00045B/3721
* 9 7 8 8 1 8 4 2 3 0 8 9 5 *